ఎంతకో..! ఎప్పుడెక్కడికో..?

సుబ్బుఆర్వీ

Intakee..!
Ippudekkadikee..?

Author :
SUBBU RV
+91 9533073919

First Edition:
February, 2024

Copies: 500

Published By:
Chaaya Resources Centre
103, Hritha Apartments
A-3, Madhuranagar
HYDERABAD – 500 038.
Ph: (040) - 23742711
Mobile: +91-70931 65151
email: editorchaaya@gmail.com

Publication No.: CRC- 127

ISBN No. 978-93-92968-99-0

Cover and book design :
Giridhar Arasavalli

Printed at:
Trinity Academy for Corporate Training Pvt. Ltd.,
Bangalore.

For Copies:
All leading Book Shops

https:/amzn.to/3xPaeldbit.ly/chaayabooks

Rs.150/-

వివరాల్లోకెళ్తే...

1. వయా సూర్యాపేట 07

2. జాజాజీ – గజిబిజి 31

3. అయ్య బాబోయ్..! 69

4. హమ్మయ్య 107

అందర్నీ అన్ని వేళలా
అన్ని మార్గాల్లో క్షేమంగా
గమ్యాలకు చేర్చే
డ్రైవర్లకు ప్రేమతో...

1

వయా సూర్యాపేట

అందాల్సిన రైలు అందుతుందో లేదో గానీ బాగా హడావిడిగా పరుగులు మాత్రం తప్పలేదు. మెట్రో రైలు గేట్లు మూసేలోపు సర్ర్ ర్.. ర్.. ర్ర్... మని జారుతూ లోనికి దూరాను. ఇరుక్కున్న జనాలు నా జారుడుకు తిట్టుకున్నారో, జడుసుకున్నారో కానీ నేనైతే పోకిరి మహేష్ బాబు లాగా ఫీలయ్యా. బ్యాగ్రౌండ్ మ్యూజిక్ ఒక్కటే తక్కువబ్బా.., ఇప్పుడు మా సుధీర్ గాడు ఉండి ఉంటే ఫోన్లో బంధించేవాడు, దెబ్బకు వైరలయ్యేది. ఏదో పీకినట్టు చుట్టూ స్లో మోషన్ లో చూశాను. అందరూ వాళ్ళ వాళ్ళ ఫోన్లలో తలలు దూర్చి తిప్పలేక తిప్పలు పడుతున్నారు. ఉవ్వెత్తున ఎగిసిన ఊపు కాస్తా చతికిలబడింది.

మా తమ్ముడు ముందే స్టేషనుకెళ్ళి టికెట్ తీస్తానన్నాడు. వీడు వచ్చాడో రాలేదో, వచ్చినా ఏ ఫోనో మాట్లాడుకుంటూ చెప్పిన పని మర్చిపోతాడేమోనని అనుకుంటూ వాట్సాప్ లో ఓ మెసేజ్ పెట్టాను. 'ఆన్ ద వే అన్నయ్యా..' రెండు పళ్ళు బయట పెట్టిన ఎమోజీతో రిప్లై. హమ్మయ్య వచ్చేస్తాడులే అనుకుని ఫోన్ పై జేబులో వేస్తుంటే ఎవడో హిందీలో ఏదో అడుగుతున్నాడు. స్టేడియం అనేది ఒకటి పట్టుకుని మెట్రో నాలుగు దిక్కుల నాలుగు పేర్లు చెప్పాడు. ఫైనల్ గా ఉప్పల్ అని అర్థమయ్యి, ఇక్కడ నాకే కొత్త అలాంటప్పుడు మనల్ని ఒకడు తోపని ఫీలైతే వచ్చే కిక్కే వేరనుకుని "యే ట్రైన్ సీదా ఉప్పల్ జాతా" అంటూ తెగ కష్టపడి నాకు వచ్చిన హిందీ మొత్తం వాడాను. పానీ పూరి బండోడి దగ్గర 'తోడా ప్యాస్ దాలో' అనే గొప్ప హిందీ తప్ప మన హిందీ జ్ఞానం షూన్యం.. కావాలంటే వీరేహం పెకాహం పంతులుని అడగొచ్చు.

ఈలోపు దిగాల్సిన సికింద్రాబాద్ స్టేషన్ వచ్చేసింది. ఇంక ఐదు నిమిషాలే అనుకుని గబగబా మెట్లు దూకుతూ ఉరుకుతూ వస్తూ మా తమ్ముడుకి కాల్ చేశాను. "ఇంకో ఐదు నిమిషాలు నువ్వెళ్ళి ట్రైన్ చూసి టికెట్ తీసుకో అన్నయ్యా" అన్నాడు. చచ్చాం పో.. అంత టైం సెట్టవుద్దా.? సర్లే చూద్దామనుకుని పరిగెత్తి ఆయాసపడితే పదకొండు గంటల ట్రైన్ ఒంటిగంటకని డిస్ప్లే బోర్డ్ చూపిస్తుంది. మిగతా రైళ్ళు ఒక్కసారిగా నన్ను తికమక పెట్టి అదేదో హారర్ సినిమాలో చుట్టూ చేతులు వచ్చినట్టు అనిపించింది. మా వాడు రాకుండా టికెట్లు దేనికని వెయిట్ చేస్తున్నాను.

చెవుల్లో ఇయర్ ఫోన్లు పెట్టి రెండు పెద్ద బ్యాగులు ఈడ్చుకుంటూ, భుజాన ఇంకోటి తగిలించుకుని నింపాదిగా వస్తున్నాడు. వాడు ఫోన్లో మాట్లాడుతున్నాడో లేక నాతో మాట్లాడుతున్నాడో అర్థం కాక ఆవేశం దేనికిలే అని ఆగాను. ఐదు నిమిషాల సొల్లు సంభాషణ తరువాత కుశల సమాచారం అడిగి,"ఆకలేస్తుంది అన్నయ్యా, నువ్వు టిఫిన్ చేశావ" అన్నాడు.

మా ఆవిడ వీటిల్లో మటుకు పర్ఫెక్ట్. పొద్దున్నే లేపి మునక్కాయలు, ఉల్లిపాయలు, టమాటా, పచ్చిమిర్చి, కొత్తిమీరలను బెడ్ టీ ఇస్తూ ఇస్తూనే పక్కనబెట్టింది. అవి నా చేత ముక్కలు కోయించి చక్కని ములక్కాయ పప్పుచారు చేసింది. హడావిడిగా సర్దుకుని పరిగెడుతుంటే నాలుగు ముద్దలు గబుక్కున నోటికందించింది. నేను అన్నం తిన్నానని చెప్పాను.

తమ్ముడు గాడేమో ఆ పక్కన టిఫిన్ వాడి దగ్గర నాలుగు రకాల మాటలతో ఒక ఆర్డర్ చెప్పాడు. వీడేం చెప్పాడో మరి వాడికేమి అర్థమైందో గానీ అటు ఇటు ప్లేట్ పట్టుకుని గెలుకుతుంటే మా వాడికి కోపమొచ్చి అరవడం మొదలెట్టాడు. నేను ఎంక్వయిరీ నుండి సరాసరి వాడి దగ్గరకు వెళ్ళాను. విషయం ఏంటంటే మా వాడు రెండు మైసూరు బజ్జి ఇచ్చి, తరువాత వేడి వేడిగా వేస్తున్న వడ ఒకటి ఇవ్వమన్నాడు. దానికొచ్చిన తిప్పలు పది నిమిషాల చర్చ. సర్లే ఎలాగోలా వీడు చెప్పినట్టే ఇచ్చారనుకో.. హోటల్ వాడికి తెలుగు రాదు, మా వాడేమో తెలుగులో వివరించి విడమర్చి చెప్పాడు. తెలుగు రానివాడితో పదినిమిషాల భాషాభినయం తర్వాత ఆఖర్లో "మీకు తెలుగొచ్చా లేక హిందీనా" అన్నాడు. వాడు వెంటనే హిందీ అన్నాడు, "అది ముందే ఏడవచ్చుగా" అంటూ సమస్యకు పరిష్కారం కనిపెట్టి అదే మైసూరు బజ్జీ, వడ వివరణ మళ్ళీ హిందీలో ఇచ్చాడు. వాడు చివర్లో "మే భీ యహీ కహా" అన్నాడు. ఇద్దరం ఒకరి మొహం ఒకరు చూసుకుంటూ వాడు టిఫిన్ తింటుంటే నేను ట్రైన్ ల డిస్ప్లే బోర్డ్ లోని నంబర్ల పేర్ల మీద కసరత్తు చేస్తున్నా. ఆఖరిగా చర్చలెన్నో జరిగి, రైలు సమయ అంతరాయాలకు పరిహారంగా బస్సుకెళదామని బస్టాండుకి బయలుదేరాము.

* * *

చర్చలు ఫలించినా, మా వాడి పెద్ద పెద్ద పరంజామాతో మెట్రో రైలు, సిటీ బస్సు పరుగులు కష్టం. అందుకే ఆన్లైన్ లో ఆటో బుక్ చేశాము. ఆటో అన్నయ్య ఎక్కడో ఉండి వస్తున్నా.. వస్తున్నా.. అని చెప్తూ డ్రాపింగ్ ఎక్కడ, పికప్ ఫలానా చోటికి రండంటూ మాకు డైరెక్షన్స్ ఇస్తుంటే మా వాడికి చిర్రెత్తి "మీకు పెట్టిన లొకేషన్లోనే వున్నాను రండి" అని ఫోన్ పెట్టేసాడు.

ఈలోపు కాస్త చల్లబడదామని పక్కనే ఉన్న పది రూపాయల జ్యూస్ దగ్గరకు వెళ్ళాడు.

ఇందాక నేనడిగినప్పుడు జ్యూస్ రెడీ అవ్వలేదన్నాడు. కానీ ఇప్పటికి నేను అడిగి చాలాసేపు అయ్యింది. ఇప్పుడు మా తమ్ముడుతో జ్యూస్ సిద్ధమంటూ స్వాగతం పలికాడు. రెండు మామిడి పండు జ్యూస్ చెప్పాము. గుట గుట తాగేస్తూ గ్లాస్ ఖాళీ చేశాము. ఏదైనా సరే పది రూపాయలకు ఇలాంటి రుచికరమైన జ్యూస్ ఎలా ఇస్తున్నాడో తెలియదు. ఒక్కోసారి నాకనిపిస్తుంది మంచి సెంటర్లో ఇలాంటి ఓ జ్యూస్ పెట్టుకున్న అంకుల్ దగ్గర అసిస్టెంటులా జాయిన్ అయితే బాగుండని. ఇటు వస్తే ఇక్కడ జ్యూస్ తాగకుండా పోను. అందుకే మా వాడు రాక మునుపే అడిగితే చాలా టైం పడుతుందన్నాడు. మేము రైల్వే స్టేషన్లోనే చాలా టైం వేస్ట్ చేశామని ఈ జ్యూస్ వల్లనే తెలిసింది.

ఇంతలో ఆటో అన్నాయ్ వచ్చాడు, బస్టాండుకి దారెటు అంటూ గూగుల్ తల్లి అడుగుజాడల్లో ఓ పక్క, ఇంకో పక్క ఎవరితోనో ఫోన్ కలిపి రయ్యి రయ్యిన పోతున్నాడు. ఇక్కడే మా తమ్ముడు చాకచక్యంగా ఆటోలోనే రెండు బస్సు టికెట్లు బుక్ చేశాడు. దానికి 'అక్కడికెళ్తే ఉండవేమో' అని కూడా అన్నాడు. వీడి ముందుచూపుకు ఉప్పొంగి పోయాను. బస్టాండ్ చేరాక ఎంక్వయిరీలో అడిగి ప్లాట్ఫామ్ నంబర్ల దగ్గర నన్ను కూర్చోబెట్టి వెంటనే వస్తానని బయటకు వెళ్ళాడు.

అక్కడ ఖాళీగా ఐదు నిమిషాలకోసారి 'విజయవాడ.. విజయవాడ' అంటూ కేకలు వేస్తున్నారు. బుక్ చెయ్యకుంటే ఏదొకటి ఎక్కేసి పోయేవాళ్ళం. మేము బుక్ చేసిన బస్సు గంట తరువాత గాని రాదు. ఈలోపు మా వాడు ఎక్కడికో తుర్రుమన్నాడు. నేను నా చుట్టూ ఈ సంచులు పెట్టుకుని బిక్కుబిక్కుమంటూ దిక్కులు చూస్తున్నాను. నా వెనుక ఓ ప్రేమ జంట గుసగుసలుతో, సిగ్గులతో చిలిపి చేష్టలతో ముచ్చట్లు సాగిస్తూ చూస్తున్న నాకే సిగ్గేసేలా చేస్తున్నారు. అటు పక్కన ఓ తల్లి తన బిడ్డకు పాప్ కార్న్ కొనిపిస్తే దాన్ని లొట్టలేస్తూ చప్పరిస్తూ ఆడుతూ తింటున్నాడు. వాడు నా వైపు చూసి ఎక్కడ లాక్కుంటానో అని దాచుకుంటున్నాడు. ఈలోపు ఒకరు టికెట్టుకి డబ్బులు తగ్గాయని, ఆకలిగా ఉందని, సాయం చేయమని మధ్యలో పలకరించి పోయే బంధువుల తాకిడి గట్టిగానే ఉంది. ఏదేమైనా ఈ ప్రయాణం ఏదో పోటీ పరీక్ష లాగా అనిపిస్తుంది. ఇంతలో పొద్దున్న అంత హడావిడిలో కూడా సమయం గడిచేందుకు సరైన ఉపాయం అని ప్రముఖ రచయిత వసుధేంద్ర రాసిన తేజో తుంగభద్ర నవల బ్యాగులో పెట్టాను. ఆరంభానికి ఇంతకు మించిన సమయం, మనుషులు, ప్రదేశం అవసరం లేదేమో అని తీసి చదవడం మొదలు పెట్టాను. కొద్దిసేపటికే నా చుట్టూ పరిసరాలు మారిపోయాయి.

ఇంతలోనే బస్సులు హారన్లతో గోల బెడుతున్నాయి. రైలు కూత కన్నా ఎక్కువగా ఆపకుండా పోటీపడి ఢంకాలు మార్మోగిస్తున్నారు. అలా ఆపకుండా స్టాండ్ లో హారన్ కొట్టే బస్సోడిని కిందికి దిగమని, లాగి ఒక్కటి పీకాలని ఉంది. ఓ అవ్వ రెండు చెవులు బిగబట్టి చేతులతో అదిమిబెట్టుకుంది. పాప్ కార్న్ పిల్లాడు తినడం మాని భయపడి

ఏడుస్తున్నాడు. ప్రేమ పక్షులు మరింత దగ్గరగా జరిగారు. ఫోన్లో మాట్లాడే పెద్దాయన మొహం చిట్లించి చూస్తున్నాడు. నేనూ ఈ లోకంలోకి వచ్చాను. "ఒరేయ్ ఆపరారేయ్" అని అరిచినా ఆ హారన్ ముందు నా అరుపు అసలు చేరలేదు. ఇంతలో ఎదురుగా మేము ఎక్కాల్సిన బస్సు. మా వాడు ఇంకా రాలేదు, గంటయ్యింది వీడు వెళ్ళి.

వీడేదో పని పెట్టుకుని కావాలని గంట లేటుగా ముందే బుక్ చేశాడేమో. ఎటు పోయాడు వీడు అని కాల్ చేస్తే కలవడం లేదు. వాట్సాప్ మెసేజ్, కాల్ అయినా ఉపయోగం లేదు. బస్సు వెళ్లబోతుండగా నేనెళ్ళి ఆ రెండు సీట్లు మావే అన్నాను. "ఎంతసేపయ్యా పావు గంట నుండి మీకోసం ఆపాను" అని చిరాకు మొహం పెట్టి డ్రైవర్ తిట్టాడు. భారీగున్న మా బ్యాగులు తీసుకెళ్లి డిక్కీలో వెయ్యమన్నాడు. 'ఓరి..నీ..' అనుకుని "సరేలే డిక్కీలో వేద్దాం ఈలోపు మా వాడు వస్తాడులే" అనుకుంటూ కూలీ నెంబర్ వన్ లాగా ఈ భారీ బ్యాగులను ఈడ్చుకుంటూ లాక్కుంటూ బస్సు వెనుక డిక్కీ దగ్గరకు తీసుకెళ్లి డోర్ తీయగానే మా వాడు రీఎంట్రీ ఇచ్చాడు.

"ఏమై పోయావు రా" అంటే ఎర్రిగా ఓ నవ్వు నవ్వాడు.

నాకిప్పుడు ఆకలి మొదలైంది, బస్సు బయల్దేరింది. ఇంకెన్ని ఉంటాయో ఈ ప్రయాణంలో చూద్దామనుకుంటూ మా ముందు వెళ్లిపోయిన మంచి మంచు బస్సులను చూసిన కళ్ళు, ఈ డొక్కు బస్సుని చూసి ఓర్చుకోలేక, ఒప్పుకోలేక బాధపడుతూ తిడుతుంటే ఎక్కి కూర్చున్నాను. మా వాడు ఫోన్లో ఎవరో అమ్మాయితో ముచ్చట్లు షురూ చేశాడు. ఏమైందో ఏమో కానీ వాడిలో కాస్త ఫ్రస్ట్రేషన్ కనబడుతుంది. జరగబోయే పనులు ఆలోచిస్తూ నేను నాలోకంలో వున్నాను.

ఉన్నట్టుండి మా వాడేంటో పక్కన ఫోన్లో పూనకాలు పోతున్నాడు, ఎవరో పొలిమేర దెయ్యం బట్టినట్టు. నాకేమీ పాలుపోక అవ్వాల్సిన పనులు సకాలంలో అవుతాయో అవ్వవోనన్న ఆలోచనలతో ఊసుపోక మాకోసం చాలాసేపు వెయిట్ చేసి కొట్టిన హారన్ వల్ల తిట్లు తిన్న మా డ్రైవర్ బాబాయ్ ఫేస్ గుర్తొచ్చి నవ్వుకుంటున్నాను. మావాడు మాట్లాడి, వాదించి, అలసి సొలసి నిదానంగా నిద్రలోకి జారుకున్నాడు. మధ్యలో లేచి "భోజనానికి ఆపుతాడా ఆకలేస్తుందన్నాయ్" అన్నాడు. డ్రైవర్ ఆపుతానన్నాడు, నువ్వు పడుకోరా తమ్ముడు అసలే ఆ ఫోన్లో దెయ్యాలతో వాదనలు వుంటాయని చెప్పే లోపే మళ్లీ నిద్రలోకి పోయాడు. పక్క సీట్లో అంకులు ఆంటీ సంసార బాధ్యతలు తీక్షణంగా చర్చించుకుంటున్నారు. ఈలోపు నేను ఓ కునుకేశాను.

* * *

మా ఇంటావిడ మెసేజ్ చూడలేదని కాల్ చేసింది. ఏంటీ ఎక్కావ? ఏమైనా తిన్నావా ? అంటూ ప్రశ్నలు, బస్సయితే ఎక్కాను, డ్రైవర్ బస్సాపితే తింటానని చెప్పేలోపే, అయితే

సరే మరి అంటూ పొద్దున తిన్న సాంబారన్నం ఎలా ఉందో చెప్పలేదనే విసురు తెలిపింది. బాగోలేకుంటే చెప్పేవాడిని, మరీ బాగుంటే ఆహా ఓహో అనేవాడిని.. తనెప్పుడూ బాగానే చేస్తుంది కదా ప్రతిసారీ ఏం చెప్తాం అనిపిస్తుంది. అయినా నా కోసమేగా చేస్తుంది ఓ మాట చెప్తే ఏమవుద్ది అనుకుని.. "ఏమోయ్ నువ్వు పొద్దున ముద్దుగా సాంబారు ముద్దలు పెట్టకుంటే అల్లాడేవాడిని, ఇప్పుడు తలచుకున్నా నోట్లో లాలాజలం ఊరుతుంది తెలుసా" అని అనగానే.. "హా ఇప్పుడు నేను చేస్తే తెగ చెప్పావులే, ఉంటాలే మరి, ఏదైనా తిను" అనడంలో శ్రీమతి శాంతించి సిగ్గు పూసింది. హాయిగా ఫోన్ కట్ చేసి గుండె మీద చెయ్యేసి పడుకునే ప్రయత్నం చేశాను.

నిజమే., సాంబార్ రుచి నా ఆకలిని ఇంకా పెంచి కునుకు రమ్మంటే మళ్ళీ రాదే... నా ఎదురు సీటు ఆయన సీటు మొత్తం వెనక్కు నెట్టి పడుకుంటే, అది నా మోకాళ్ళకు తగులుతూ ఇబ్బంది పెడుతుంది. వయసులో పెద్దాయన కావడంతో ఏమి అనలేక కాసేపు అటు ఇటు కాళ్ళు మారుస్తూ నేనే సర్దుకున్నాను.

మా తమ్ముడు తెగ నిద్ర పోతున్నాడు. ఇంతలో డ్రైవరు ఓ హోటల్ వైపు తిప్పాడు. హమ్మయ్య మర్చిపోయాడేమో అనుకున్నాను, లేదులే మంచోడు మా డ్రైవర్ బాబాయ్ అని నా అభిప్రాయం మార్చుకున్నాను.

"ఇక్కడ పది నిమిషాలు బస్సు ఆగుతుంది, భోజనాలు చేసే వాళ్ళు చెయ్యండి, వాష్ రూమ్ కి వెళ్ళేవాళ్ళు వెళ్ళండి" అంటూ నావైపు ఓ లుక్కేశాడు. నేను థాంక్స్ అన్నట్లు ఓ నవ్వు నవ్వాను. నిద్రలో ఉన్న మా వాడిని ఓ తట్టు తట్టాను. గబుక్కున లేచి "భోజనానికి ఆపారా అన్నాయ్" అన్నాడు.

"ఓరి నీ ఆత్రం సంతకెళ్లా, యమా స్పీడులో ఉన్నావేంట్రా" అని బస్సు దిగాను.

హోటల్ అయితే బాగుంది, లోపల జనాలు కూడా బాగానే వున్నారు. మా కంటే ముందు రెండు బస్సులు ఆగి ఉన్నాయి, అందులోని వాళ్ళై వుంటారు. తీక్షణంగా చూసి మా వాడు అక్కడ కూర్చుందాం, ఇక్కడ కూర్చుందామని ఐదు నిమిషాలు ఆలోచించి హోటల్ మొత్తం తిరగేసి ఓ చోట కూర్చోబెట్టాడు. ఇప్పుడేం తినాలా అని మా వాడు వాడి బుర్ర మొత్తం బేజా ఫ్రై చేసుకుని ఆలోచించేస్తున్నాడు. ఈలోపు గజినీలా గతం మర్చిపోయి ఎందుకు తిరుగుతున్నాడో కూడా తెలియని ఒక వెయిటర్ గబగబా వచ్చి "ఏం కావాలి సర్?" అన్నాడు.

ఏమున్నాయి..? అనంటే

"పుల్కా, బిర్యానీ, ఫ్రైడ్ రైస్, మీల్స్" అన్నాడు..

నేను పుల్కా చెప్పుకుని ఏదొక దిక్కుమాలిన కూర తిందామంటే దానికన్నా మీల్స్

బెటరన్నాయ్ అని రెండు మీల్స్ చెబుదాం అన్నాడు. మా ఈ చర్చల లోపు వెయిటర్ రెండు సార్లు తిరిగి వచ్చి చూసి "మీరు డిసైడ్ అవుతూ ఉండండి సర్" అని వెళ్ళాడు. మేము చెప్పేలోపే "మీల్స్ ఓకే నా" అని మీల్స్ ఆర్డర్ కోసం అక్కడక్కడ కూరల గిన్నెలు వెతికి తెచ్చాడు. అడుగు బొడుగు మిగిలిన కూరలు మాకు వేస్తున్నాడేమో అనిపించింది. గిన్నెల్లో పప్పు, పచ్చడి, క్యాబేజీ కూర (అంటే అది ఇగురో పులుసో ఏదో చెప్పలేను మరి), చివర్లో "ఫ్రై అయిపోయింది సార్" అన్నాడు.

"ఫ్రై అయిపోతే ఎలా..! మరి డబ్బులు తగ్గిస్తారా" అన్నాను.

"అయిపోయింది సారీ సర్" అని గీకి గీకి నాలుగు ముక్కలు రాల్చాడు. మా తమ్ముడు గాడికి అది కూడా లేదు. అన్నం పెట్టాక మా వాడు దణ్ణం పెట్టుకోవడం స్టార్ట్ చేశాడు. మొదట విడత చల్ల అన్నం అయిపోయాక చివర్లో పొగలు గక్కే వేడన్నం తెచ్చాడు. అది వెయ్యబోతుంటే "అసలే పెట్టింది సగం భోజనం, ముందే ఆ వేడన్నం ఏదో వెయ్యొచ్చుగా ఇప్పుడేం వద్దు పో" అని మా తమ్ముడు అన్నాడు. అన్నం లోని పొగలు మా వాడిలో కనిపిస్తున్నాయి.

కిచెన్ నుండి చికెన్ పులుసు అని ముక్కలు లేని కూర తెచ్చాడు. ఏంట్రా ఈ వెయిటర్ మిగిలినవన్నీ తెస్తూ వేస్తూ ఉన్నాడని చుట్టూ చూస్తే హోటల్లో నేను మా తమ్ముడే మిగిలాము. వాడు శాఖాహారి కాబట్టి అది తినడు. ఇక నాకైతే దాని రుచిని చూసే పనిలో నిరుత్సాహమే ఎదురయ్యింది. అసలు అది చికెన్ పులుసని ఎలా అన్నాడో నాకేం అర్థం కాలేదు. సాంబారు పుల్లగా, పచ్చడి ఏదో పిచ్చి వాసనతో ఇన్నింటి మధ్య ఆ పప్పు కాస్త గొప్పగా అనిపించింది. నీళ్ల పెరుగు కూడా నాలుగుసార్లు అడిగించుకుని గానీ ఇవ్వలేదు మరి. మా వాడు నింపాదిగా తింటున్నాడు. "ఇల్లాలా నీకు జోహార్లు" అనుకుంటూ, నేను చేయి కడుక్కుని కౌంటర్ దగ్గరకు వెళ్లి మీల్స్ కి డబ్బులు ఇచ్చేసి ఇంకెప్పుడూ ఇక్కడ తినకూడదనుకుని ఎంత సేపు నిలబడ్డా మా వాడు రాలేదు.

ఈలోపు బస్సు బాబాయ్ అరగంట అయ్యిందని హారను మోగిస్తున్నాడు. ఇప్పుడు మళ్ళీ ఆ బస్సు మా కోసమే ఆగింది. మా వాడు తిట్టిన ఆ వెయిటరుకే టిప్పు ఇస్తున్నాడు.

"రారా తమ్ముడు నువ్వు నాకు ఈరోజు బంపర్ ఆఫర్ లాగా తగిలావు" అని లొక్కుంటూ వచ్చి బస్సెక్కాను. ఫస్ట్ బస్ ఎక్కినప్పుడు డ్రైవర్ బాబాయ్ ఎక్స్ప్రెషన్ మళ్ళీ రిపీట్..

"ప్రతిసారీ ఇలా లేట్ ఎలా బాబూ" అని..

నేనేం చేస్తాను బాబాయ్ మా వాడు నాకు ఇచ్చే ట్విస్టులు అలా ఉన్నాయంటూ కళ్ళతో మాఫీ లేఖ రాసిచ్చి సీట్లో కూర్చున్నాను. మా వాడి దెబ్బకి బస్సు బాబాయికి తిప్పలు, నాకు బోలెడన్ని ట్విస్టులు, మీల్స్ తో భయపెట్టిన ఆ వెయిటర్ కి మాత్రం టిప్పులు.

ఇంతలో మీ ఫోన్ కి రీఛార్జి చేసాను చూసుకోండని మా ఇంటావిడ. మెసేజ్ వచ్చింది, చూశాను, చదివానని రిప్లై పంపాను. ఈలోపు మా వాడు ఫోన్ ప్రేమలో మునిగాడు. బస్సు బైపాస్ మీద రయ్యిన కదిలింది.

సాదాసీదాగా నా ప్రయాణం సాగడం నాకే కాదు విధికి కూడా ఇష్టం ఉండదు. అందుకేనేమో గంట నుండి గుంటతో ఎడతెరపి లేని పులిహోరా కలుపుతున్న మా తమ్ముడుగాడు వేరే లోకంలో ఉంటే, డ్రైవర్ బాబాయ్ పిలిచి "వెనుక డిక్కీలో లగేజ్ పెట్టారు కదా, వీళ్ళ లగేజ్ తీసుకుంటారు, మీ బ్యాగులు చూసుకోండి" అన్నాడు.

నిజమే, మరి మా బ్యాగులు కూడా కలిపి తీసుకెళ్లారనుకో మేము గైకో నారాయణ అంటూ దిక్కులన్నీ తిరిగి పొర్లు దండాలు పెట్టాలి. నా ముందు ఓ పోటుగాడు చిల్లర కోసం దిగకుండా తిష్ట వేసాడు. కాసేపు చూసిన మా డ్రైవర్ బాబాయ్ "ఆయనకు అడ్డులేవయ్యా.. బయట బ్యాగులు చూసుకోవాలి, నువ్వు ఈ కిటికీ వైపు రా.." అని చిల్లర రెడీ చేసుకున్నాడు. ఈలోపు నేను వీరుడిలా కిందకు దిగి బస్సు వెనుక వైపుకు వెళ్తే అక్కడెవరూ కనిపించలేదు. చుట్టూ చూసా కానీ ఎవరూ లేరు.

కళ్ళ ముందే బస్సు కదులుతుంటే సైడ్ తీస్తున్నాడేమో అనుకున్నాను. అది ముందు ముందుకి వెళ్తూ, దూరంగా వెళ్లిపోవడం మొదలయ్యింది. నేను దిగడం చూసి కూడా, నన్ను ఇక్కడే వదిలేసి పోతున్నాడేంటి 'వీడి మొహం మండ' అని ఒక్కసారిగా బలం తెచ్చుకుని నాలుగు అంగలు పెద్దవి వేసి బస్సుని బెదీ బెదీ బాదడం మొదలు పెట్టాను. ఎర్రరంగు గళ్ళ చొక్కా అంకులు, నీలం రంగు చీర అమ్మమ్మ లాంటి ఆంటీ, ఇంకా ఒకరిద్దరు తల బయటకు పెట్టి నేనేదో యాక్షన్ అడ్వెంచర్ సినిమా చేస్తున్నట్లు గుడ్లు మిటకరించి గుడ్లగూబల్లాగా చూశారు. ఇంత మంది చూస్తున్నా కానీ 'బస్సు ఆపండ్రా' అని అరిసినా ఆపకుండా వెళ్లిపోయారు. ఈ మధ్యన చాలామంది కుర్రాళ్లు పిల్ల యేషాలతో చేసే రీల్స్ అని, ప్రాంక్ అని అనుకున్నారా లేక ఒక్కరికి కూడా కనీసం స్పందించే గుణమే లేదా? నాకర్థం కాలేదు, గుండె దడా దడా కొట్టుకుంది.

ఒక్కసారిగా సినిమాలో హీరో లాగా ఛేజింగ్ చెయ్యాలంటే ఇక్కడేమి టేకులు ఉండవు, బస్సుకి నాకు మధ్య దూరం పెరుగుతుంది. కాళ్ళు జెట్ స్పీడ్ లో వెళ్తున్నాయి అనుకుంటే అవి జీరోలో కూడా లేవు. 'అతి ఆపి బుర్రకు పని పెట్టుకోరా బుర్ర తక్కువోడా' అనుకుని మా తమ్ముడు గాడికి కాల్ కొట్టాను. కలిసి చావదు ఓ ఇరవై సార్లు ఇదే పరిస్థితి. కళ్ళముందు నుండి దూరంగా బస్సు కనిపిస్తూనే మాయమైంది.

* * *

ఏమి లక్కురా నీది అనుకునేలోపే కాసింత దూరంలో పోలీసులున్నారు. సాయం కోరుదామని ఆయాసంతో రొప్పుతూ దగ్గరకు చేరేలోపు ఒకతను లుంగీ కట్టి, మెళ్ళో

కండువా వేసుకుని, నల్లని రంగులో మెలి తిప్పిన మీసాలతో బైక్ మీద వస్తున్నాడు. నా గాబరా గమనించాడు. చేయి పైకెత్తి హెల్ప్ అడిగాను. యమధర్మరాజు బుల్లెట్ నడుపుతున్నాడా అన్నట్లున్నాడు.

"కంగారు పడకు వాడిని పట్టుకుందాము. కాస్త దూరంలోనే బస్ స్టాండ్ ఉంది. అక్కడకెళ్ళి అక్కడనుంచి కూడా వెళ్ళిపోతే డిపో మేనేజర్ తో మాట్లాడుదాం" అన్నాడు.

ఎన్ని చెప్పినా నాలో టెన్షన్ అలా ఉండిపోయింది. కలిసొచ్చే కాలానికి నడిసొచ్చే కొడుకు అన్నట్లు నన్ను ఎక్కించుకున్న పుణ్యానికి ఆయన బైక్ టైరు 'ఢభేల్' మని పేలింది.

నా ఆశలు సమాధి చేస్తూ బస్సేమో వెలిపోతూ, బైక్ టైరు పగిలింది, నా ఖర్మా.. అంటూ లోపల బుర్రలో ఏదో ఏడుపుగొడ్డు పాట రన్ అవుతుంది.

పగిలిన టైరు నావంక నవ్వుతూ చూస్తుంది. కానీ ఈ మీసాల అంకులు "ఎదవది ఎప్పుడూ ఇంతే సరిగ్గా టైం చూసి హ్యాండ్ ఇచ్చిద్ది, దీన్ని విసిరి అవతల పడెయ్యాలి. ముప్పై ఏళ్ళుగా ముప్పుతిప్పలు పెడుతుంది. నా పెళ్ళాం వదిలేసి పోయింది కానీ దీన్ని వదిలించుకుందాం అనుకున్నా వదలడం లేదు" అంటూ రోడ్డు పక్కకి బులెట్ బండిని లాగి, ఒక తన్ను తన్నాడు. ఎంతైనా మనకి బండి తగిలినా మనం బండిని తన్నినా దెబ్బ మనకేగా. అంకులు ఒక పక్క ఆ నొప్పికి 'అబ్బా..' అంటూనే మరోపక్క నాకిచ్చిన మాట గుర్తొచ్చింది.

తెల్ల మొహం వేసుకున్న నావైపు చూసి "నువ్వేమి కంగారు పడకు మనం బస్సుని పట్టుకుంటాము" అని మళ్ళీ అంకుల్ భరోసా ఇస్తున్నాడు.

నా దరిద్రాన్ని ఆయన బాధ్యతగా తీసుకుని చెప్తున్న మాటలకు ధైర్యంగా వున్నా లోపల దడ డిస్కో డాన్స్ వేస్తుంది. మా నిదరమొహం తమ్ముడి గాడి ఫోన్ కలవడమే లేదు. బస్సు ఉందో... పోయిందో... నా బ్రతుకూ, బైపాస్ పక్కన ఆగిపోయిన బండి రెండూ ఒకటే. మీసాల అంకులు ఈలోపు రోడ్డు మీద వెళ్ళే బండ్లకు పోయి అడ్డం పడుతున్నాడు.

"అంకుల్ కాస్త పక్కకి రండి" అంటుంటే

"నువ్వేం కంగారు పడకు బాబూ ఇదిగో బండి దొరికేస్తది" అంటూ ఆయన నాకోసం పడుతున్న ఆరాటానికి లోలోపల సంతోషపడ్డాను. అంకుల్ పైకి కన్పించే రూపానికి లోపల ఆయన మనసుకి అస్సలు సంబంధమే లేదు. ఎలాగోలా ఒకతన్ని బలవంతంగా ఆపారు.

"ఈ కుర్రాడు బస్సు మిస్సయ్యాడు. బస్టాండులో ఉండొచ్చు కాస్త అర్జంటుగా ఎక్కించుకుని అక్కడ దింపండి" అని బ్రతిమాలి అతని అంగీకారమే ఆలస్యంగా నన్ను లాక్కెళ్లి బండి మీద కూర్చోబెట్టారు. వెళ్లు వెళ్ళు.. త్వరగా వెళ్ళు.. అంటూ

బండిని ఓ నెట్టు నెట్టాడు. అలా బస్టాండ్ వరకూ నెడతాడేమో బైక్ స్టార్ట్ అవ్వకుంటే నని భయమేసింది. హమ్మయ్య, ఇంతలోపే బైక్ స్టార్టయ్యింది. వెనక్కి తిరిగి చూశాను 'జాగ్రత్త' అంటూ ఓ కేక..

అయ్యో! అంకులు పేరు గానీ, కనీసం ఫోన్ నెంబర్ కూడా అడగలేదు. ఆయన ఎలా వెళ్తారో పాపం అనుకుంటూ ఉండగా మా వెనకాల వచ్చే చిన్న డొక్కు లూనా ఒకటి మమ్మల్ని ఓవర్టేక్ చేసింది. అప్పుడు అర్థమైంది ఎంత వేగంతో వెళ్తున్నామో. "కాస్త తొందరగా వెళ్తారా సర్" అన్నాను. నిమ్మకు నీరెత్తినట్లు నిదానంగా కదులుతున్నాడు. "బస్సు ఎందుకు మిస్సయ్యింది" అంటూ సమాచారం అడుగుతూ, మళ్ళీ మిస్ చేసేలా పోనిస్తున్నాడు ఈ బైక్ అన్నయ్య.

బైపాస్ రోడ్డు విశాలంగా నీ ఇష్టమొచ్చినట్టు చెలరేగిపో అంటుంటే, మంగళవారం సామెత లాగా అన్నయ్య అడుగులు లెక్కేస్తూ వెళ్తున్నాడు. దిగి పరిగెత్తినా వీడి బండి కన్నా స్పీడుగా వెళ్తానేమో. బండికి కట్టిన నిమ్మకాయలు, వేసిన దండ వాడనే లేదు కానీ నడిపే వీడి మొహం మాత్రం మాడిపోయి ఉంది. చిన్నగా చెవిలో "పెళ్లయ్యిందా" అన్నాను.

మొహంలో విపరీతంగా బెంబేలెత్తే భయానక ఎక్స్ ప్రెషన్ పెట్టాడు. నాలుగు రోజుల క్రితమయ్యింది, మూడు రోజుల క్రితం బైక్ చేతికొచ్చిందని చెప్తూ సడెన్ గా గ్యాపు, ఈలోపు నాకు మినీ స్క్రీన్ మీద సినిమా వచ్చేసింది. ఈ నిదానమన్నాయ్ ఏం చేశాడో మరి అప్పుడే బైపాస్ మీద పడ్డాడు. రెండు రోజుల క్రితం అన్నాయ్ స్వేచ్ఛ పోయిందని అర్థమైంది. బండికి గీతపడితే ఒంటికి వాత పడుద్దన్నది అసలు విషయం. ఏదన్నా చెప్పి అన్నాయిని మోటివేట్ చేద్దామనుకున్నాను. "జీవితంలో, అలాగే బండికి కాస్త స్పీడు పెంచు నీకన్నీ సెట్ అవుతాయి" అని ఇంతకీ మా డ్రైవర్ బాబాయ్ ఉన్నాడో ఊరు కూడా దాటాడో అనుకుంటూ 'తొక్కవయ్యా నిదానమన్నాయ్' అంటూ హడావిడి చేశాను.

ఒకవైపు మతిమరుపు బస్సు, ఇంకోవైపు హడావిడి బులెట్, ఇక్కడ కదలని బైకు అలా బెర్ముడా ట్రయాంగిల్ లోని రహస్యంలాగా నా ప్రయాణం సాగుతుంది. డైలీ సీరియల్ లాగా సాగిన బైక్ సవారీ ఎట్టకేలకు బస్టాండుకి చేరింది. లోపలకు పోనిస్తాడేమో అనుకుంటే బయటే ఆపి 'పో' అన్నాడు. వీడు వచ్చిందే జీవితకాలం లేటు కాస్త లోపలికి వస్తే వీడి సొమ్మేమిగాను అనుకుంటూ.. "థాంక్స్ అన్నాయ్" అని ఒక్క ఉదుటున దూకి 'సమరమే..' అంటూ పరిగెత్తాను. బస్సెక్కడ ఆగిందోనని సెకన్ల టైంలో స్కానింగ్ చేస్తున్నా.. ఆ చివర అప్పుడే బస్సు వెనక్కి తీస్తూ వున్నాడు.. దొరికిందిరోయ్.. లేట్ అయ్యిందా మళ్ళీ వెళ్లిపోద్ది అనుకుంటూ చావా.. బ్రతుకా.. అని జారిపోతున్న షూ తో జాగ్వార్ ని తలచుకుని బస్టాండ్ దాటబోతున్న బస్సుకి ఎదురెళ్ళి నిలిచాను.

* * *

తెల్లమొహం వేసుకుని డ్రైవర్ బాబాయ్ 'అవాక్కయ్యారా.. గొడుగు మ్యాన్' అనే యాడ్ లాగా రయ్యిన బ్రేకు మీద కాలేసి నిలబడ్డాడు. తప్పు జరిగిపోయిందే అనుకుని తలను చేత్తో ఓ బాదుడు బాదుకుని చింతిస్తున్న ఎమోజీ లాగా ఫేస్ పెట్టాడు. కోపంగా వెళ్ళి తిట్టాలనుకున్న నాకు రొప్పుతోటి మాటలు సరిగా రావడం లేదు.

"చూసుకోవద్దా.. దింపి వదిలేసి వచ్చావే" అని ఒక్క మాటే అన్నాను.

"అదేంటి నువ్వు ఎక్కలేదా..?" అంటుంటే

"బస్సును బాదినా ఆపలేదు" అంటూ రొప్పుకు ఎగ శ్వాస, దిగ శ్వాసలు గట్టిగా లాగుతున్నాను. ఇంత జరుగుతున్నా ఏమీ లేనట్టు మావాడు ఇంకా ఫోన్ లోనే వున్నాడు.

'రేయ్' అని ఒక అరుపు అరిచాను.

"ఏంటన్నయ్యా ఎక్కడికెళ్ళారు?" అన్న వాడి ప్రశ్నకు నా ఒళ్ళు మండిపోయింది. పక్కన మనిషి లేకుంటే కనీస స్పృహ లేని, బాధ్యత లేని వీడితో ప్రయాణం ఒక ప్రమాద సంకేతంగా అనిపించింది. జనాలంతా ఎర్రిమొహాలు వేసుకుని చూస్తున్నారు. బస్సులో అందరిని బెత్తం తీసుకుని బాది పడేయాలని అనిపించింది. కొందరు ఆశ్చర్యంతో ఇంకొందరు మా వాడు చెప్పిన సమాధానానికి హాస్యంగా చూస్తున్నారు. డ్రైవర్ బాబాయ్ మా వాడిని తిట్టిన తిట్టు తిట్టకుండా తెగ తిట్టాడు.

"కేక వేసి మరీ అడిగాను కదయ్యా చెప్పాలి కదా" అంటూ.

నిజమే, డ్రైవర్ బాబాయికి నా సీట్ నెంబర్ కూడా తెలుసు కాబట్టి ఆ సీటు లోని వ్యక్తి వచ్చాడా అని అడిగే ఉంటాడు. ఇక్కడ తప్పు మొత్తం మా తమ్ముడి అజాగ్రత్త, అభద్రత అని అర్థమైంది. ఇంత జరుగుతున్నా వాడు ఫోన్ కట్ చెయ్యలేదు, వాడిలో ఆశ్చర్యం గానీ, అయ్యో నా వల్ల తప్పు జరిగిందనే పశ్చాత్తాపం కనిపించలేదు సరి కదా సీటులో నాపక్కన ఇంకా అలాగే ఫోనులో మాట్లాడుకుంటూ కూర్చున్నాడు. వాడి తీరు చూసి నా పక్కన ఉన్న చాలామందికి నా బాధ నవ్వు తెప్పించింది. చుట్టూరా చూసాను నవ్వులే కనిపిస్తున్నాయి. ఇతరుల బాధ అంత నవ్వు తెప్పిస్తుందా.. లేక ముందు కనిపించిన కాస్తో కూస్తో ఆశ్చర్యం, అయ్యో అనే సానుభూతి వీడి తీరుతో అలా మారిందా?.. ఏదేమైనా ఈ మనుషుల పోకడకు నన్ను నేనే నిందించుకుంటూ, కళ్ళు మూసుకుని సీటులో అలా వెనక్కి వాలి మౌనంగా కూర్చున్నాను.

అరగంట తరువాత ఫోన్ అయిపోయిన మా తమ్ముడు గాడు, వాడి ఫోన్లోని మిస్ కాల్స్ చూసి "ఏంటన్నయ్యా కాల్ చేశావా, మిస్ కాల్స్ ఉన్నాయి" అనే తీరికపాటి ప్రశ్నకు, లేచి వాడిని ఒక్క తన్ను కిటికీ లోంచి బయట పడేలాగా తన్నాలని అనిపించి, "ఇందాక కాల్ చేశాను నా ఖర్మ కొద్దీ తమరు ప్రేమాయణంలో బిజీగా వున్నారు" అని అన్నాను.

వెనుక బురఖా వేసుకున్న ఆంటీ నవ్వుని బలవంతంగా ఆపుకుంటూ ఎలుక కొరుకుతున్నట్లు శబ్దాలు చేస్తుంది. ఆ ఎర్ర గళ్ళ చొక్కా అతను ఆ అబ్బాయ్ బస్సుని బాదడం నేను చూశానంటూ డ్రైవరుకి ముచ్చట్లు చెప్తున్నాడు. 'మరి చూసినోడివి చెప్పాలిగా' అని డ్రైవర్ బాబాయ్ అంటే 'ఆ.. అదీ.. మరీ..' అంటూ సమాధానం సరిగా ఇవ్వకుండా గొణుగుతున్నాడు. కళ్ళు మూసుకుని కూర్చున్నా, నాకు ఆ మాటలు స్పష్టంగా వినిపిస్తున్నాయి.

బైపాస్ మీద రేసర్ లాగా నడిపిన డ్రైవర్ బాబాయ్, ఈ దెబ్బకు గట్టిగా అరవై దాటి పోవట్లేదు. పోవడం లేదో లేక బస్సే మూలుగుతుందో అర్థం కావడం లేదు. మా తమ్ముడు గాడు నా కోపం గమనించి పోయి డ్రైవర్ బాబాయ్ దగ్గర కూర్చున్నాడు.

"ఏమయ్యా నీ పక్కన మీ ఫ్రెండు కనిపించక పోతే కనీసం చెప్పాలిగా, నువ్వు చెప్పలేదు సరే, నేను అడిగినప్పుడన్నా చూసి చెప్పాలిగా" అంటుంటే మా వాడు తెలివిగా మాట తప్పించి, "ఇంకెంత సేపు పడుతుంది, చాలా లేట్ అయ్యింది" అంటూ మాట మారుస్తూ వేరే విషయాలు మాట్లాడుతున్నాడు.

నా వెనుక ఆంటీ ఒక తట్టు తట్టి "ఆ అబ్బాయ్ మీ తమ్ముడా..? కాస్త జాగ్రత్తయ్యా.. పిల్లతో ఫోన్లో పడి నిన్ను పరిగెత్తించాడు. నువ్వు ఇతనితో ఇంకెన్ని చూడాలో" అంటూ నాపై జాలి పూలు కురిపించింది. తీర ప్రాంతంలో తుఫాను హెచ్చరిక అన్నట్లు నాలుగవ ప్రమాద హెచ్చరిక జారీ అయినట్లు అనిపిస్తుంది. అడుగయితే వేశాను కదా ఈ ప్రయాణం నా ప్రాణాల మీదకు రాకుండా జాగ్రత్త పడాలి అనుకుంటుంటే స్లోమోషన్ లో సీరియల్ నడిచినట్టు బస్టాండులో ఎప్పటికో దింపారు. ఇక్కడి నుండి గంటన్నర ప్రయాణం చేస్తే మా తమ్ముడి ఊరు, అక్కడకు వెళ్ళి కారు తీసుకుని వస్తానన్నాడు. తక్కువలో తక్కువ రెండున్నర గంటల టైం పడుతుంది.

ఇప్పటిదాకా చేసిన ప్రయాణంలో వీడు నాకు చూపించిన స్పెషల్ ప్రివ్యూ షో కి ఐదు నక్షత్రాల రేటింగ్ ఇవ్వాలి. ఇంకా వీడితో కొనసాగడమంటే తిప్పల్ని తివాచీ వేసి ఆహ్వానించినట్లే. ఓ పక్క బురఖా ఆంటీ మాటలు అదో రకమైన బేస్ అండ్ హారర్ ఎఫెక్ట్ లో వినిపిస్తున్నాయి. ఇంతవరకు చాలు మహాప్రభూ! ఇక్కడితో వీడికో దండం బెట్టి 'బై' చెప్పెయ్యాలి. వదిలించుకోవాలని నేనుంటే మా తమ్ముడు నాతో కొనసాగింపు ప్రణాళిక రచిస్తూ ఏదేదో చెప్తున్నాడు. వాడి తీరుతో నాకు బాధ, కోపం కలిగినా నేను వాడి మొఖం మీదే వద్దురా.. నీ మూలంగానే ఇదంతా జరిగిందని చెప్పలేక పోయాను. నా మాటలు వాడిని ఇబ్బంది పెడతాయేమో అనిపించింది. కానీ వీడితో వెళ్లడం నిప్పులకుంపట్లో ఎండు మిరపకాయలు వేసుకుని గదిలో పెట్టుకోవడమే.

"ఇప్పటికే నాతో చాలా ప్రయాణం చేశావు. నీక్కూడా పనులుంటాయి కదా.

ఇక్కడినుండి ఇంటికి వెళ్లిపో. ఇకపై నేను ఒక్కడినే వెళ్తాను" అని అన్నాను..

"అబ్బే నాకు పెద్ద పనులేమి లేవన్నాయ్, నేనూ నీతో వస్తాను. ఒక్కడివే దేనికి తోడుగా వుంటాగా" అంటూ డేంజర్ ని డిస్కౌంట్ లో ఇస్తున్నాడు. వీడి ప్రేమను, ఆప్యాయతను దగ్గరగా చూసిన నాకు ఎలాగైనా వీడిని వదిలించుకోవాలనే ఉంది తప్ప పొరపాటున కూడా వీడితో కలిసి అడుగు ముందుకు వేసేదే లేదు.

ఎంతచెప్పినా ఫెవికాల్కి వీడే బ్రాండ్ అంబాసిడర్ అన్నట్లు వదలకుండా కరుచుకుని పోడే. ఈలోపు నా ఫోన్ ట్రింగ్.. ట్రింగ్.. మని మోగింది. ఫోన్ స్క్రీన్ మీద 'యర్రోడు' అని కనిపించింది. మా తమ్ముడు గాడి మొహంలో ఫీలింగ్స్ అమాంతం మారిపోయాయి. కాల్ లిఫ్ట్ చేశాను.

"చెప్పరా ఎరుపు, ఇక్కడే బస్టాండ్లో వున్నాను నువ్వెక్కడ" అని కాల్ కట్ చేశాను. ఈలోపు మా తమ్ముడు గాడి మొఖం కట్టెల పొయ్యి మీద పొగ చూరిన తపాలా మాదిరి అయ్యింది.

"ఏమైందిరా?" అన్నాను.

"ఆ ఎరుపు గాడు ఎందుకు వస్తున్నాడు, వాడు కూడా మనతో వస్తాడా, వాడొస్తే నేను రాను" అంటూ అలక మొహం పెట్టాడు.

హమ్మయ్య యర్రోడు ఫోన్ చేయడం ఎంత మంచిదయ్యింది. నిజానికి యర్రోడు నాతో రాడు. అలా కలిసి ఓ టీ తాగి వెల్దామని వస్తున్నాడు. నా ప్రయాణం గానీ ప్లాన్స్ గానీ వాడికేమీ తెలియదు. మా తమ్ముడు గాడు ఉన్నాడని అస్సలు తెలీదు. కానీ మా తమ్ముడుని నొప్పించకుండా వదిలించుకునేందుకు యర్రోడే నాకు ఉన్న ఒక్కగానొక్క ఆప్షన్ అనుకుని "వాడొచ్చినా ఏమయ్యిందిలే నువ్వు కూడా రారా" అంటూ రివర్స్ డ్రామా మొదలెట్టాను.

ఒక రాత్రి సింగిల్ బీర్ ని ఇద్దరూ చెరో గ్లాస్ తాగి చేసుకున్న రచ్చ తాలూకు జ్ఞాపకాల వల్ల, "ఊహు.. వాడొస్తే నేను రాను.." అంటూ వెళ్ళి వాళ్ళ ఊరి బస్సెక్కాడు.

ఆహా దేవుడా! నువ్వు ఉన్నావయ్యా.. ఒక్క ఫోన్ కాల్ తో నా ప్రాబ్లెమ్ మొత్తం తీర్చావని లోపల సంబర పడుతూ బయటకు మాత్రం "అలా వెళ్తే ఎలారా" అని ఫీల్ అవుతున్నట్టు మొహంలో బాధని వ్యక్తం చేస్తున్నా. పెళ్ళాం ఊరెలుతుంటే మొగుడు లోపల ఎలా ఫీల్ అవుతాడో అలాంటి ఫీల్ అనమాట (విడిగా నాకా అవకాశం లేదు మా ఆవిడి పుట్టినిల్లు పది నిమిషాల ప్రయాణం కూడా పట్టదు, తను ప్రత్యేకంగా వెళ్ళదు). హమ్మయ్య ఏమైతే ఏంటి, 'నొప్పించక తానొవ్వక' అన్నట్లు బస్సెక్కించి పైకి బాధతో బై బై చెప్పాను.

* * *

మా యర్రోడి కోసం బస్టాండ్ బయట వెయిటింగ్ లో వున్నాను. వీడి పేరు కాస్త విచిత్రంగా ఉంది కదా! మనిషి కూడా అలాగే ఉంటాడు. వీడి పేరు వెనుక ఒక పెద్ద కథనమే ఉంది. రాస్తే అదొక పెద్ద డ్రమటిక్ నవల కూడా అవ్వొచ్చు. పొట్టిగా చెప్పాలంటే... మా యర్రోడి నాన్న అటు చీకటి, ఇటు కాటుక, బొగ్గు కలిసి పోటీపడినా అవే ఆయన రంగు ముందు ఓడిపోతాయి. చేతి నిండా డబ్బులు సంపాదించినా ఆయనకు ఆయన రంగు నచ్చలేదు. నలుపు అంటే ఆయనకు అసహ్యం. అందుకే మా యర్రోడి అమ్మకు ఎదురు కట్నం ఇచ్చి (ఆంటీ గారు గులాబీ పువ్వు రంగులో ఉంటారు) మరీ చేసుకున్నారు. ఆంటీ కూడా తన కుటుంబ ఆర్థిక పరిస్థితుల వల్ల మొదట అంకులుని చేసుకున్నా తరువాత వారి మధ్య బంధం ప్రేమగా మారింది. ఆ బంధం గురించి ఆంటీ చెప్తుంటే ఎంత మధురంగా ఉంటుందో. అంతా బాగానే వుంది కానీ అసలు విషయం ఏంటంటే పుట్టే పిల్లలు నల్లగా పుట్టకూడదని అంకుల్ కోరిక. ఇక ఆంటీ గర్భవతని తెలియగానే దేశంలోని హాస్పిటల్స్ అన్నీ ఓ జల్లెడ పట్టాడు. పుట్టే బేబీ నల్లగా ఉండకూడదని కుంకుమ పువ్వు కోసం ఎకరం అమ్మాడు. ఇక్కడైతే కల్తీ అని కుంకుమ పువ్వు పండించే చోటికి ఫ్లైట్ లో వెళ్ళి మరీ అక్కడ కొన్నారు. అది ఆయన కమిట్మెంటు. పెద్ద పద్ద డాక్టర్లతో కూడా "డబ్బులు దొబ్బుకుందాం అనుకుంటే కుదరదు. ఎర్రగా పుట్టలేదో నీకు పాడె కడతా" అని డైరెక్టుగా వార్నింగ్ ఇచ్చేవాడు. చాలా మంది భయంతో వెనక్కి వెళ్లారు. కానీ ఆయన సర్కిల్లో ఎవరో ఫారిన్ డాక్టర్ సాయంతో ఏవో మందులు, భోజనం ఇలా కొన్ని జాగ్రత్తలు తీసుకున్నారని చెప్తారు. ఆంటీకి నొప్పులు వచ్చినప్పుడు ఆమె పడ్డ నొప్పులు కన్నా పుట్టే బిడ్డ రంగు కోసం అంకుల్ పడిన నొప్పులే ఎక్కువని ఆంటీ అంటుంటారు. అలా ముప్పతిప్పలు తరువాత మా యర్రోడు, మొత్తం ఆంటీ పోలికలతో గులాబీ రంగులో యమా అందంగా పుట్టాడు. వాళ్ళ నాన్న వీడు పుట్టినప్పుడు ఊరంతా సంబరం చేశాడు. ఈ మందులు వీటి కన్నా యర్రోడి నాన్న పై వాళ్ళ అమ్మకు గల ప్రేమ వల్లే ఇది జరిగిందేమోనని నాకు అనిపిస్తుంది. అందుకే మేము వాడిని 'యర్రోడు' అని పిలుచుకుంటాము.

అదిగో రయ్యిమని స్కూటీ మీద వచ్చాడు. "ఏంటి బెదరూ ఇలా సడెన్ గా వచ్చావు" అంటూ గట్టిగా ఊపిరి ఆగిపోయేలాగా వాటేసుకున్నాడు. "నేనేమైనా ఫిగరా, వదలరా బాబూ" అంటూ విడిపించుకున్నాను. అతివృష్టి అనావృష్టి ఇదే సృష్టి అని అలా ఉంటుంది నా చుట్టూ ఉన్నోళ్ళ యవ్వారం.

"ముందు ఫ్రెండ్ రూముకెళ్ళి కాస్త ఫ్రెష్ అయి తరువాత మాట్లాడుకుందాం" అంటూ స్కూటీని హండ్రెడ్ స్పీడులో హడలెత్తించాడు.

"నిదానంగా వెళ్ళు ఇంత స్పీడు అవసరమా" అంటే

బెదరొస్తే వేరే లెవల్లో వుండద్ది" అంటూ రయ్యిన వైన్ షాప్ కాదు కాదు దానికి కాస్త

గొప్పగా వుండే ఓ పేరు పెట్టారు 'లిక్కర్ మార్ట్' అని, దాని ముందు ఆపాడు.

అవును, మా ప్రభుత్వం బాధ్యతాయుత మద్యపానంలో భాగంగా మెరిసే గ్లాస్, మంచి సెల్ఫ్ లు వుండేలాగా నీటుగా క్లాస్ గా కనిపించేలాగా వైన్ షాపులు కొన్నింటికి కాస్త కలరింగ్ ఇచ్చి లిక్కర్ మార్ట్ గా మార్చింది. ఆపి ఆపకముందే మా వాడు "బండి పట్టుకో బెదరూ" అంటూ ఒక్క ఉదుటున దూకేసి లైనుతో సంబంధం లేకుండా లటుక్కున నాకు నచ్చే జాకబ్ క్రీక్స్ వైన్ బాటిలుతో నా ముందు ప్రత్యక్షమయ్యాడు. దాన్ని చూస్తేనే ఏదో అప్సరసను చూసిన ఫీల్ తో, అలా వాడు చేతుల్లో పెట్టాడో లేదో నా మూడ్ మొత్తం మారిపోయింది. పక్కనే గ్రిల్ చికెన్ కాలుస్తున్నారు. ఇంకోపక్క సందులో సంసారపక్షమైన మెస్ ఒకటి ఉంది. అది కూడా మా వాడి ఫ్రెండుదే, ఫోన్ కొట్టగానే పార్సెల్ కవర్లో ఆమ్లెట్లు వచ్చాయి. మా వాడు పెద్ద ప్రోటోకాల్ నే మెయింటైన్ చేస్తున్నాడు. నాలుగు మెలికలు తిరిగి రెండో అంతస్తులో ఒక రూముకి వెళ్ళే సరికి అక్కడ బల్ల మీద చాలా ఏర్పాట్లే చేసి పెట్టి ఉన్నాయి.

రూమ్ మొత్తం పాత బంగ్లా హర్రర్ ఎఫెక్ట్ లాగా అనిపించినా అక్కడక్కడ డైరెక్టర్ వంశీ టేస్ట్ కనిపిస్తుంది. కిటికీలకు వేలాడే గొలుసు మువ్వలు, బ్రౌన్ కలర్ పెయింటు, మూలన ఒక కుండ, పాత బల్లాకు అద్దిన రంగులు చూస్తుంటే వంశీ సినిమా సాంగులో ఆర్ట్ డైరెక్టర్ పనితనమంతా కనిపిస్తుంది. మా యర్రోడి ఫ్రెండ్స్ ని కలవడం ఇదే మొదటిసారి. ప్రతిసారీ హడావిడిగా అలా కలిసి పరుగు తీయడమే తప్ప కుదురుగా వాడి ఫ్రెండ్స్ తో సిట్టింగ్ వేసింది లేదు. ఇలా మాట్లాడుకుంటూ ఉంటే వైన్ కి కోపం వస్తుందని వెంటనే అటాక్ అంటూ నాలుగు గాజు గ్లాసులు తీశాడు.

మినరల్ వాటర్ బాటిల్లోని సగం నీళ్ళు పోసి రుద్ది రుద్ది గ్లాసులు అరగ్గొడుతున్నాడు. బల్ల మీద సన్నగా నాజూకుగా తరిగిన కీరా ముక్కలు, కాస్త ఒళ్ళు చేసి ముద్దుగా ఉన్న క్యారెట్, నవనవలాడే నల్లద్రాక్ష, చతురస్ర ఆకారంలో సమానంగా కోసిన పుచ్చకాయ ముక్కలు, ఉడకబెట్టిన పల్లీలు, ఉప్పుసెనగలు, ఉప్పు కారం దట్టించిన నాలుగు గుడ్లు మొత్తంగా టేబుల్ ఖాళీ లేకుండా విశాలంగా మందు భోజనానికి రెడీ చేశారు. శత్రువుని ఛీ కొట్టి పోవచ్చు కానీ ప్రేమించే మిత్రులను భరించడమేగా కష్టం, అందునా ఇలాంటి హడావిడి గాడిని అయితే ఇంకా కష్టం. వాడి ప్రేమ ఫిక్స్ చేయలేని ఓ అనుభూతి కాబట్టి బూతులాగా ఉన్నా అనుభూతి చెందడం తప్ప ఇంకో మార్గం లేదు.

"భయ్యా రెడీ" అంటూ బాటిల్ తీశాడు.

సీసా ముడ్డి మీద ఒకటి చరిచి తల మీద తట్టి మూత చటుక్కున తిప్పాడు. 'టప్' అనే సౌండ్ వినగానే మనసులో ఏదో ఉల్లాసం. గాజు గ్లాసులో వైన్ ఒలుకుతుంటే నోట్లో లాలాజలం రెట్టింపు అవుతుంది. పెగ్గు ఫిక్స్ అవ్వడానికి మునుపే ఇంకెంత సేపురా అని

లటుక్కున గొంతులో పోసి ఒక గుక్కెయ్యాలని మనసులో ఉబలాటం మరి.

"భయ్యా కొట్టు చీర్స్" అంటూ యర్రోడు గ్లాసుని చేతిలో పెట్టాడు.

"చుక్క చుక్కగా గుక్క వేస్తే ఉంది చూడు రా యర్రోడా" అనుకుంటూ నాలుగు పల్లీ పప్పులు నోట్లో వేశాను. "ఆహా యెర్రోడా! నువ్వురా అసలైన తమ్ముడివి" అంటూ రెండో పెగ్గు వేసేలోపు వాడి ఫోన్ పరిగెత్తేలాగా మోగడం మొదలయ్యింది. రేయ్ నీయబ్బా ఎక్కడరా, ఇక్కడ మా అన్నొచ్చాడు త్వరగా రండంటూ నావైపు చూసి "మా ఫ్రెండ్స్ భయ్యా" అని కాల్ కట్ చేశాడు.

ఎవరో తరుముతుంటే తప్పించుకుని వచ్చిన దొంగ కుక్కల్లాగా ఆపసోపాలు, ఆయాసాలు పడుతూ సడెన్ బ్రేక్ వేసి ఇద్దరు నా ఎదురు వచ్చి నిలబడ్డారు.

'హాయ్ బ్రో..' అంటూ ఇద్దరూ ఒకేసారి చేతులు చాపారు.

ఇది చూస్తే ఇద్దరూ ఏదో పందెం వేసుకున్నట్లు ఉంది. ఎవరికి ముందు చెయ్యివ్వాలో తేడా వస్తే, ఒకరికిచ్చి ఇంకొకరికి ఇవ్వకుంటే హర్టయ్యి, మెల్టయ్యి నానా రచ్చా చేసే మొహాల్లాగా ఉన్నాయి. ఇద్దరి మొహాలవంక నవ్వుతూ చూసి, నిదానంగా ఎడమ చేతిలోని వైన్ గ్లాస్, కుడి చేతిలోని కీరా ముక్క కిందపెట్టి ఒకేసారి ఇద్దరికి రెండు చేతులూ ఇచ్చాను. అబ్బా బ్రో.. మీరు భలే పని చేశారంటూ కుడి చెయ్యి, ఎడమ చెయ్యి అనే దాంతో ఇద్దరూ గుస గుస లాడుతున్నారు. అప్పటికే పెగ్గేసిన మా యర్రోడు..

"రేయ్ ఆపండ్రా కఢ్రాయరు ఇరుక్కుపోయిందా ఏంది..?" అన్నాడు.

డైలాగు అర్థం కాలేదు కదా..? నాక్కూడా వీడేంటి అంతగా అరిసి కఢ్రాయరు ఇరుక్కుందా అంటాడని అన్పించింది. ఏదొకటి అనకుంటే వీళ్ళ గోల ఆపరని నోటికి వచ్చింది అనేసాడు మావాడు. ఎంత గొప్పోడు వీడు! అవును, ఈ మధ్య ఇన్స్టాగ్రాములో వచ్చే కోట్స్ లాగా ఏ మాత్రం లాజిక్ లేకుండా ఉన్నా, కింద కామెంట్స్ లో సూపర్ అన్నా, నేను నీ ఫ్యాన్ అన్నా అంటూ షేర్ చేసి స్టేటస్ లలో పెట్టే బ్యాచ్ లాగా నేనూ వాడిని పొగిడి ఓ నవ్వు నవ్వాను.

"ఏంటన్న సడెన్ గా వచ్చావు, ఏదో పని మీద వెళ్తున్నావే?" అని మొదలు పెట్టాడు.

"అవును రా" అంటూ నా ప్రయాణం, అందులోని ప్రమాదాలు, తమ్ముడి గాడి పాత్ర, నేనెల్లాల్సిన ఊరు గురించి చెప్పుకుంటూ ఉండగానే వైన్ బాటిల్ ఆవిరై పోయింది. నలుగురు కలిసి దాడి చేస్తే అది మాత్రం ఎంతసేపని ఉంటుంది. బేసిక్ గానే యర్రోడికి ఎమోషన్ కాస్త ఎక్కువ, మా తమ్ముడు గాడంటే కోపం కూడా. దాంతో మాటలు మత్తుగా నత్తిగా వస్తుంటే "నాకు ముందే చెప్పుంటే బస్టాండ్ దగ్గరే ఆ నా కొడుకు గూబ పగలగొట్టే వాడిని, ప్రతి ఎర్రిపువ్వును నువ్వెందుకు భరిస్తావు బ్రో.. వాడి ఫోన్

తీసి కిందబెట్టి ఒక తోపు తోసేవాడిని లుచ్చా నాయాలు" అంటూ బూతు సంస్కృతాన్ని తాపీగా హై పిచ్ లో అందుకున్నాడు. పొంగుతున్న ఆ వరదను ఆపేందుకు 'వైన్ అయిపోయింది యర్రోడా' అంటే.. పక్కన ఉన్న ఇద్దరు దోస్తులకు ఓ హుకుం జారీ చేశాడు, ఒక ఫుల్ బాటిల్ వైన్ ఐదు నిమిషాల్లో కావాలని. ఇద్దరూ మళ్ళీ అదే స్పీడులో పరుగు లంఘించారు.

* * *

రాత్రంతా వైన్ లో తూలిపోతుంటే నేను వెళ్లాల్సిన పని కాస్తా అటునుంచి అటే వందే భారత్ రైలు ఎక్కి కాస్ట్లీ గా ఏసీ లో ఎగేసుకుని ఎగిరిపోతుంది. ఇప్పటికే ఆరంభం, ఆర్భాటం మామూలుగా లేదసలే. మా యర్రోడి దోస్తులు రావడానికి ముందే నేను దౌడు తీయాలి. పొద్దుటి నుండి సాగే ప్రయాణం నాకో సహన పరీక్షలాగా ఉంది.

"అరేయ్.. యర్రోడా నేను బయల్దేరాలి, కాస్త నన్ను బస్టాండులో డ్రాప్ చెయ్యి. అవస్థలు, పాట్లు పడ్డ అలసట నుండి నీవల్ల రిలాక్సయ్యాను. ఇదే ఊపుతో బస్సెక్కితే తెల్లారేసరికి అక్కడుంటాను" అనే డైలాగు పూర్తి కాక ముందే మా యర్రోడు గొడ్డుకారం తిన్నోడు మల్లె గుర్రుగా గుడ్లు మిటకరించి చూడటం మొదలు పెట్టాడు.

"నేనుండగా, నువ్వంత ఇబ్బంది పడి మళ్ళీ వెంటనే ఇలా వెళ్లిపోతావా? ఉండు నేను నీకోసం కార్ పిలిపిస్తాను" అంటూ ఎవరో ఫ్రెండ్ కి కాల్ చేశాడు. అవతల ఏమన్నారో తెలియదు కానీ.. "ఛీ.. ఎదవ ఇంకోసారి మందుకు రా ముడ్డి మీద తంతాను" అంటూ పెట్టేసి నేనే నా కారు తీసుకుని నీతో వస్తానంటూ మొదలెట్టాడు. నేను తాగి, వాడు తాగి ఇలాంటి టైం లో కారులో ఇద్దరమే అయితే కైలాసం టోకెన్ ముందే కన్ఫర్మ్ అయ్యినట్టే. అయినా ఇలా తాగేసి స్వీయ డ్రైవింగ్ సరికాదు కూడా. అసలే ఉదయం గుర్తులు మర్చిపోలేనివని ఉలిక్కిపడి "నేను బస్సుకు వెళ్తానురా నువ్వు బస్టాండ్ లో డ్రాప్ చేయి చాలు" అంటూ వాడిని వారించే పనిలో పడ్డాను. అసలే కోతి దానికి తోడు కల్లు తాగితే అన్నట్లుంది నా పని.

వాడు చెయ్యిని అష్ట వంకర్లు తిప్పి నువ్వలా వెళ్ళడానికి నేనొప్పుకోనంటూ తూలుతూ నిలబడ్డాడు. ఇంతలో బాటిలుతో దూతలు రానే వచ్చారు. వాళ్ళతో బాటిలుతో పాటు ఒక బాక్స్ కూడా ఉంది. ఏదో పార్సెల్ అనుకుంటా.

మా మధ్య ఎడతెగని చర్చ జరుగుతుండగానే యర్రోడి ఫ్రెండ్ "ఎందుకంత సీను చేస్తున్నావు మన జీవన్ ఇప్పుడు ఆ ఊరే వెళ్తున్నాడు. అన్నను వాడితో కారులో పంపుదాం. వాడిదే పార్సెల్ ఒకటి ఇప్పుడే రిసీవ్ చేసుకున్నాము, ఒక గంటలో వాడు ఇక్కడికి వస్తాడు" అంటూ గ్లాస్ లో వైన్ ఒలికించాడు.

రెండో దూత 'అంతేగా సింపుల్' అంటుంటే సిప్పేయడం మొదలెట్టాము. యర్రోడంటే జీవన్ కి చాలా భయంలాగా ఉంది. యర్రోడు ఫోన్ చేసి స్పీకర్ పెట్టి మాట్లాడుతుంటే అర్థమైంది.

"రేయ్ జీవన్ నువ్వు నైట్ కి ఊరెలుతున్నావు కదా నీతో పాటు నా బెదరును కూడా జాగ్రత్తగా తీసుకెళ్ళి అక్కడ పని పూర్తయ్యేదాక ఉండి జాగ్రత్తగా పంపాలి సరేనా" అంటూ ఒక మత్తుతో కూడిన గంభీరమైన బేస్ వాయిస్ తో కామాలు ఫుల్ స్టాపులు లేని ఒక హుకుం జారీ చేసాడు.

అన్నా నేనున్నానుగా, మొత్తం దగ్గరుండి చూసుకుంటాను. నువ్వు చెప్పాక ఇంకేముంటుంది, నువ్వెలా చెప్తే అలా అని గంటలో బస్టాండ్ దగ్గరకు రమ్మంటూ కాల్ కట్ చేశాడు. గంట టైం ఉందిగా అని తాగుతూ కూర్చుంటే కష్టం కదా, నా బలవంతం మీద తాగుడు ప్రోగ్రాం వాయిదా వేసి అందరం బయటికి వచ్చాము. వెళ్ళినప్పుడు హుషారుగా వున్నా వచ్చేటప్పుడు గోడలు తడుముతూ, మెట్లను లెక్కేస్తూ మెలికల ముగ్గులా నడక మారింది. అందరిలో నేనే కాస్త స్పృహలో వున్నాను. మిగతా వారిది నాగిని డాన్సే.

"జీవన్ వచ్చేసరికి లేటవుతుంది, నువ్వేదైనా తినాల్సిందే బెదరూ.." అంటూ బలవంతంగా ఒక ఫాస్ట్ ఫుడ్ సెంటరుకి తీసుకెళ్ళాడు. ఆ కౌంటర్లో ఒక ప్రౌఢ మహిళ ఉంది. ఎత్తు, రంగు బాగా కళ్ళకు ఆనేటట్టు కుదమట్టంగా ఉంది.

ఆమె దగ్గరకు వెళ్ళిన యర్రోడు "ఏమండీ.. స్పెషల్ ఏముంది?" అన్నాడు.

"మీకేం కావాలో చెప్పండి" అంటూ ఆవిడ.

"ఏముందో చెప్పకుండా ఏం కావాలని అడుగుతుంది బెదరూ ఈవిడా.. మనం స్పెషలే మనకి స్పెషలేగా కావాలీ.." అంటూ మళ్ళీ అలాగే అడిగాడు.

మీకేం కావాలో చెప్తేనే కదా స్పెషల్ ఉందో లేదో చెప్పేదంటూ ఆవిడ పక్కనున్న వాళ్ళకు హడావిడిగా టోకెన్స్ ఇస్తున్నారు. ఈ సంభాషణ మామూలుగా సాగితే పర్లేదు, వీడు ఇంకేదో హింట్ ఇస్తున్నాడు. లేని పోనీ సైగలతో తన్నించేట్టు ఉన్నాడనుకుని..

"రేయ్ ఏదొకటి చెప్పు త్వరగా తినేసి వెళ్దాం" అన్నాను.

"నాకు స్పెషల్ ఫ్రైడ్ రైస్ వన్ బై టు" అన్నాడు.

"స్పెషల్ ఫ్రైడ్ రైస్ సింగిల్ ఎగ్, డబుల్ ఎగ్, చికెన్ లేక వెజ్ ఏది?" అని ఆమె అడిగింది.

"స్పెషల్ ఫ్రైడ్ రైస్ మాత్రమే కావాలి ఇవన్నీ వద్దు" అని ఆమెకు మరింత దగ్గరగా వెళ్ళి మాట్లాడుతున్నాడు. ఇదేదో నా కొంప ముంచే యవ్వారం లాగా ఉందని అనుకుంటుంటే

సైరన్ వేసుకుని పోలీస్ వ్యాన్ వచ్చి ఆగింది. త్వరగా క్లోజ్ చెయ్యాలంటూ ఒక కేక.

మావాడు "ఏంటి సార్ తినొద్దా?" అంటూ వాళ్ళవైపు చూశాడు.

ఆ పోలీస్ అంకుల్ వీడివైపు చూడగానే "త్వరగా సర్దేయాలి, కానీ కానీ అని కంగారు పెడతారేంటి సార్, పాపం వాళ్ళని" అని గొణిగి మా వాడు నేనున్నాను మీరు అమ్మకోండంటూ మళ్ళీ ఆవిడ వైపు చూస్తూ కటింగ్ ఇస్తున్నాడు. ఆ పోలీస్ ఆయన 'ఏంటమ్మా..' అంటే

"ఏమీ లేదులే సార్ క్లోజ్ చేస్తున్నాం" అంటూ ఆవిడ వాళ్ళ కౌంటర్ లైట్ ఆపేశారు.

ఎగ్ ఫ్రైడ్ రైస్ ఇవ్వండని పైపైకి పోతున్న యర్రోడిని కాలర్ పట్టుకుని వెనక్కి లాగి కవర్ చేశాను. ఆమె 'ఎగ్ ఫ్రైడ్ రైస్ ఒన్ బై టు' అని చెఫ్ కి చెప్తే మావాడు వెంటనే 'స్పెషల్' అంటూ అరిచిన అరుపుకి అదిరిపడ్డాను. ఆమె వీడి వైపు చూసి తల బాదుకుంటూ త్వరగా చేసివ్వరా అన్నట్లు ఆ చేసే కుర్రాడి వైపు చూసింది. రెండు ప్లేట్స్ లో ఫ్రైడ్ రైస్ ఇచ్చాక ఆనియన్స్ అని, గ్రేవీ అని, ఇందులో ఎగ్ ఏదంటూ నానా రచ్చ చేయడం మొదలు పెట్టాడు. నాకు కాస్త సిగ్గుగా అనిపిస్తుంది. ఆవిడ చూపులతోనే తంతుందా అనే అనుమానం కూడా కలిగింది. గట్టి మనిషి ఒక్క గుద్దు గుద్ది సంకలో పెట్టి నలిపేయగలదు.

"ఓరి బాబోయ్ నువ్వు తినరా నాయనా నాకేమి వద్దు నేను ఉత్తది తినేసి పోతాను" అనేశాను.

"ఎహె.., నువ్వు ఊరుకో బెదరూ మనమంటే ఇక్కడ హడల్" అంటూ రెండు మూడు స్పూన్లు తప్ప పెద్దగా తినింది లేదీ ఉత్త మాటల పోటుగాడు.

మా వాడు బండి మీద కూర్చుని సీరియస్ గా ఒక ఫోన్ కొట్టి "మా బెదరూ నేనూ వస్తున్నాం రెండు స్పెషల్స్" అంటున్నాడు. ఓరి బాబోయ్ ఇంకేం ప్లాన్ చేశాడో దేవుడా అనుకుంటూ ఆ మహిళ దగ్గరకు వెళ్ళి..

"మీకు ఇబ్బంది కలిగుంటే సారీ" అని చెప్పాను.

"అయ్యో సార్ మాకు ఆయన డైలీ కస్టమర్, చాలా ఆకతాయి మనిషి, రేపు వచ్చి మళ్ళీ మామూలే, సరదా మనిషి మాకిది అలవాటేలే" అని నవ్వుతూ చెప్పింది. హమ్మయ్యా.. కాస్త ఉపశమనం కలిగింది. ఎక్కడ వారిని ఇబ్బంది పెట్టామో అనిపించింది. ఏదేమైనా క్షమాపణ కోరాక తేలికపడ్డాను. వారు ఇబ్బంది పడలేదు, వీడి తీరును ఎంజాయ్ చేసారని తెలిశాక ఇంకాస్త గట్టిగా గాలి పీల్చాను. ఒక్క దెబ్బకు బ్రేవ్ మని త్రేన్పు వచ్చేసింది.

ఫుడ్ స్ట్రీట్ లోకి రయ్యిన తెచ్చాడు. అర్ధరాత్రి అవుతున్నా జనాలు, ఫ్యామిలీలు రోడ్ల మీద తినేందుకు ఆకలిగా తిరుగుతున్నారు. ఖాళీ లేకుండా జనం, వెళ్ళిపోయే సమయం కావడం వల్ల ముందుగానే పార్సెల్ చేసి కేకలతో, వీలైతే చేతులు పట్టుకుని లాగుతూ, ఇంకా కావాలంటే కిడ్నాప్ చేసైనా బలవంతంగా మొత్తం అమ్మేసి పోవాలని ఆతృతగా వున్నారు ఇక్కడ అమ్మేవాళ్ళు. మా వాడు బండిని మెలికలు తిప్పుతూ అడ్డొచ్చే వాళ్ళని తృటిలో తప్పిస్తూ ఫలుదా బండి దగ్గర ఆపాడు. A1 ఫలుదా అంటూ ఒలింపిక్ కప్పు సైజు ఉన్న గ్లాస్ ఒకటి చేతిలో పెట్టాడు.

వామ్మో.. ఇదెక్కడ తినాలిరా దేవుడా..! కొంచెం లోపలికి పోయినా మొత్తం బయటకి వచ్చేలా వుందంటూ పొట్ట పట్టుకున్నాను. మన భాయ్ సిటీలోనే బెస్ట్ ఫలుదా ఇస్తాడు. టేస్ట్ ఇరగ్గొడతాడంటూ వాళ్ళతో కూడా ముచ్చట్లు పెట్టగానే వెనకాల మళ్ళీ పోలీస్ జీపు వచ్చి ఆగింది. బండ్లు తీసేయాలంటూ విజిల్స్, కేకలు, లాఠీతో అదిరించే శబ్దాలు.

మా యర్రోడికి చిర్రెత్తి "ఏంది సార్.. యాడికి పోతే ఆడికి వస్తారు? మమ్మల్ని తిననియ్యరు, వాళ్ళను అమ్ముకోనియ్యరు. మా పొట్టలు కొడుతున్నారు" అంటూ వాడి గుండ్రాటి పొట్టని ఇంకా గుండ్రంగా రుద్దుతూ ఒక స్పూన్ ఫలుదా నోట్లో పెట్టి గుటుక్కున మింగాడు.

"ఓరి బాబు, నువ్విక్కడ కూడా వున్నావా? ప్రతిరోజు నీకు ఈ టైం కే ఆకలేసిద్ది, అర్ధరాత్రి దాకా తింటూనే వుంటావా నాయనా. రోజూ నీతో ఇదో రచ్చ మాకు" అంటూ ఎస్సై వేడివేడిగా రంగంలోకి దిగారు.

"సార్.. నమస్తే సార్.. ఈ డ్రెస్ మీకు భలే సెట్ అయ్యింది సార్, చాలా అందంగా వున్నారు. మీరు సూపర్ పోలీసు సార్...రండి సార్ ఫలుదా తింటారా, చల్లగా తియ్యగా సూపర్ ఉంటుంది" అని పోలీసుతో పులిహోరా కలపడం మొదలెట్టాడు.

వీడి పులిహోరాకి తాలింపుని కలుపుతూ ఎస్సై లాఠీ తీసి ఫలుదా బండి టైరు పై గట్టిగా కొట్టి 'నువ్వెల్లరా బాబూ' అని ఆ బండి వాడ్నీ అక్కడ నుండి పంపడం మొదలెట్టారు. పోలీసుల సైరన్, లాఠీల సౌండుకి ఒక్కొక్కరుగా అక్కడనుండి కదులుతున్నారు. నేను ఒకపక్క నిలబడి ఖాళీ అవుతున్న వీధిని చూస్తూ, మిస్ అయిన జ్ఞాపకాలు తలుచుకుంటూ, వీడు చేసిన అరాచకాలు ఒక్కోటి తెలుసుకుంటూ ఎలాగోలా అరగంటలో ఫలుదా తినేసా.

పొట్ట పూరి లాగా పొంగింది. లోపల అన్నీ చేరి కాక్టెల్ అయ్యాయి. బాబోయ్ గొంతు దాకా నిండా నిండు కుండగా ఉంది. ఇంత ఫుడ్ నేనెప్పుడూ తినలేదు. చాలా వరకు తేలికపాటి భోజనం చేసే నాకు యర్రోడి వెర్రంతా చూపెట్టాడు. బొజ్జ బూరె లాగా ఉబ్బింది.

"రారా బాబు, ఆ జీవన్ ఎప్పుడో గంట క్రితం స్నానానికి వెళ్తున్నానన్నాడు. ఈ పాటికే వచ్చేసి ఉంటాడు. రేపు ఉదయం కల్లా నేను ఊరు చేరాలి" అంటూ స్కూటీ తాళం తిప్పాను.

"ఏంది బెదరూ, హ్యాపీయేగా ఎలా ఉంది మన ట్రీట్మెంట్?" అన్నాడు.

నిజమే అందరూ పేషెంట్ కి ట్రీట్మెంట్ ఇస్తారు కానీ వీడి ట్రీట్మెంట్ నన్ను పేషెంట్ చేసేసింది అనుకుని నవ్వుకున్నాను.

"వాడు వీడు దేనికి నేనే కారేసుకుని రానా" అని మళ్ళీ మొదలెట్టాడు.

"ఒరేయ్ బాబూ నీకో దండం రా అయ్యా.. నన్ను తీసుకెళ్ళి ఆ బస్టాండు దగ్గర వదిలేస్తే ఆ జీవన్ ని కలిసి వెళ్తా" అంటుండగానే బస్టాండ్ వచ్చేసింది. ఇంకేముంది మరి 'హ్యాపీ జర్నీ' అని చెప్పి గట్టిగా ఒక హగ్గు ఇచ్చాడు. వీడి ప్రేమ పాడుగాను ఆపాన వాయువు అటు కింద నుండి, ఇటు బ్రేవ్ అంటూ పై నుండి బయటకు కొట్టేసింది. హమ్మయ్య కాస్త రిలీఫ్ అనుకుంటూ "థాంక్స్ యర్రోడా.. చాలా రిలీఫ్ అయ్యాను, వెళ్ళొస్తా" అన్నాను. జీవన్ వచ్చేదాకా ఉంటా బెదరూ, వాడిని రానీ వచ్చాక మాట్లాడి నిన్ను అప్పగించి పోతానన్నాడు.

"మరేం పర్లేదు నువ్వెళ్ళు, నేను జీవన్ తో కమ్యూనికేట్ చేసుకుంటా" అంటూ వుండగానే యర్రోడికి కాల్ రానే వచ్చింది. బెదరూ ఒక అర్జంట్ మీటింగ్ ఉంది, నువ్వు జాగ్రత్తంటూ చెయ్యి ఊపి రయ్యిమనే స్పీడ్లో కళ్ళముందే మాయమయ్యాడు.

* * *

ఈ జీవన్ ఎక్కడ ఉన్నాడో అనుకుంటూ కాల్ చేశాను.

జీవన్ ఎక్కడ వున్నావు..?

"అన్నా.., నీకు దగ్గర్లోనే, ఒక బస్సు ఎక్కేసి జస్ట్ యాభై కిలోమీటర్లు వస్తే నేను కారుతో అక్కడ నీకోసం చూస్తూ ఉంటాను" అని బాంబ్ పేల్చాడు. ఆ బాంబ్ అటువైపుగా ఆ దారిలో ఆగే బస్సులన్నీ పోయాక పేల్చాడు. "నాన్ స్టాప్ బస్సులు మధ్యలో అక్కడ ఆపుతారులే అడిగి ఎలాగోలా రండి" అని ఉచిత సలహా కూడా ఇచ్చాడు. అదీ చాలక చిన్న హెల్ప్ అంటూ "నేను మిమ్మల్ని రమ్మన్న విషయం అన్నకు చెప్పకండే" అని ఓ రిక్వెస్ట్ మళ్ళీ.

పదిన్నర కల్లా వస్తాడనుకుంటే.. అప్పటికి స్నానంకి వెళ్తున్నానని చెప్పిన జీవన్ స్నానం, సర్దుబాట్లు అయ్యే సరికి పదిన్నర కాస్త పన్నెండున్నరైంది. బాత్రూం లో వీడు స్నానం చేశాడా లేక సంసారం చేశాడా? వీడు నెలకు

సరిపడా స్నానం ఒకేసారి చేశాడేమో మరి. ఇప్పుడు యర్రోడికి కాల్ చేస్తే ఒక తంటా, అదీగాక నేనే వస్తాను, వాడి కోసం నువ్వు వెళ్ళడమేంటని మళ్లీ గొడవ చేసినా చేస్తాడు. కొంచెం ఆలోచించుకుని మళ్ళీ జీవన్ కి కాల్ చేసి "నేను ఎలాగోలా వెళ్తాలే, మీరు ఇబ్బంది పడకండి (మనసులో నన్ను ఇబ్బంది పెట్టకండి) మీరు వెళ్లిపోండిలే" అన్నాను.

"అమ్మో ఎంత మాటన్నా? మాకేం ఇబ్బంది లేదు అయినా ఈ విషయం తెలిస్తే మా అన్న అస్సలు ఒప్పుకోడు, ప్లీజ్ అన్నా ఏమనుకోకుండా కాస్త ఇక్కడివరకు రండన్న" అని బ్రతిమాలాడు.

ఈ ప్రయాణంలో ప్రతిసారీ ఒకటి వదిలించుకోబోయి మరొకటి తగిలించుకుంటున్నా. సరేలే ఇక్కడి దాకా వచ్చిన నాకు అక్కడి దాకా వెళ్లడం ఏమంత కష్టంలే అనుకుంటూ అటు వైపు ఆగే బస్సుల కోసం వెతుకులాట మొదలెట్టి బస్టాండ్ లోపలికి అడుగులు వేశాను. అసలే ఉబ్బిన పొట్టతో నడుస్తుంటే ఆయాసం వస్తుంది. దీనికి తోడు మళ్ళీ బస్సు వెతుక్కోవడమంటే ఎలా ఉంటుందో అనుకుంటూ అడుగులు నెమ్మదిగా కదిలిస్తున్నాను. కనడానికి సిద్ధంగా ఉన్న అమ్మ కష్టం గుర్తొచ్చింది.

పొద్దుటి నుండి అన్నీ చిరాకులే అనుకుంటున్న నాకు, ఇప్పుడు మాత్రం ఒక్క డ్రైవర్ అక్కడ ఆపుతానని అన్నాడు. ఒక్కసారిగా ప్రాణం లేచి వచ్చింది. మనిషి చూస్తానికి తొంభైల్లోని ఫేమస్ సినీ ఫైటర్ 'పొన్నాంబళం'లాగా వున్నాడు. ఎత్తు లావు రంగు ఆకారం మొత్తం అచ్చం అలాగే వున్నాడు. ఈ డ్రైవర్ బాబు ఆర్టీసీ బాగా లాభాల బాట పట్టాలని పన్నెండు నుండి అర్ధరాత్రి ఒకటిన్నర దాకా బస్సుని అక్కడే ఆపి చెమట్లు పట్టేలాగా గొంతు చించుకొని కేకలు కేకలు వేసి అటు ఇటు పోయే ప్రతోడిని ఆపి మరీ ఎక్కడికని అడిగి చెప్పేలోపే టికెట్ కొట్టేసి బస్సులోకి తోసేస్తున్నాడు. టికెట్ కొట్టించుకుని ఎక్కినోళ్లు తిడుతున్నారు. ఈయనతో ఇక్కడే తెల్లారిద్దేమోనని వేరే బస్ చూద్దామనుకుని అటు ఇటు వెళ్ళే బస్సుల దగ్గరకు పరిగెత్తి అడిగాను. ఎవ్వరూ అక్కడ ఆపము అంటున్నారు. తిరిగి మన పొన్నాంబళం దగ్గరకే వచ్చాను.

నాకొకటి అర్థమయ్యింది. ఈయనొక్కడే నన్ను తీసుకెళ్లగలడు, మిగతా తిరుగుడంతా వృధా అని. పైగా మనోడు మాటిమాటికి నా వైపే చూస్తున్నాడు, హర్ట్ అయితే టూల్ బాక్స్ లో పెట్టి నలిపేసి బస్సులోంచి తోసేస్తాడు. ఉన్నది ఉంచుకున్నది అన్ని పోయే అన్నట్లు అయిపోతాననుకుని ఆఖరికి ఆ బస్సే ఎక్కేసాను. ఈలోపు జీవన్ మెసేజ్ చేశాడు, 'వచ్చారా అన్నా' అని. స్టార్ట్ అయ్యాను దారిలో ఉన్నానని చెప్పాను. నువ్వొచ్చే సరికి నేను అక్కడ ఉంటానని అన్నాడు. మహా సంతోషం మహాభాగ్యం నా దవుర్భాగ్యం అనుకుని 'సరే' అన్నాను. నేను తెలిసి తెలిసి బురదలోకి లగ్జరీ బస్సెక్కి మరీ పోతున్నానా అనిపించింది.

మన జూనియర్ పొన్నాంబళం చేసిన పనులు కామెడీగా ఉన్నా మనోడి డ్రైవింగ్ చూస్తే నరాలు కట్ ఐపోతాయి. ఫాస్ట్ అండ్ ఫ్యూరియస్ లో ఏదో ఛేజ్ జరుగుతున్నట్టు నోట్లో ఒక విమల్ పాన్ మసాలా వేసి తుపుక్.. తుపుక్..మని ఊస్తా పోనిస్తున్నాడు. అయినా స్పీడ్, స్టీరింగ్, బ్రేక్ పూర్తిగా కంట్రోల్ లోనే ఉంచి పరుగెత్తిస్తున్నాడు.

"ఈ టైంలో అటు బస్సులు తక్కువ ఉంటాయి. మీరు చాలా సేపు అన్ని బస్సుల కోసం ట్రై చేసి నా బస్సు ఎక్కారు కదా! అయినా అంత సేపటి నుంచి ఉన్నారనే సాయం చేద్దామని దింపుతానన్నాను. లేకుంటే నేను బైపాస్ మీద నుండి వెళ్లిపోయే వాడిని" అంటూ మాటలు కలిపాడు. పొద్దున్నుంచి అయినోళ్లు స్నేహితులే నన్ను బాధపెట్టినా ఏమీ కానోళ్లు ఎనలేని ప్రేమని చూపించి ఋణపడిపోయేలా చేశారు. అలాగే ఈ అన్నాయ్ కూడా ఎద్దులా ఉన్నా మనసు ఎన్నపూస అనుకుని నవ్వుకున్నాను.

"సెంటర్లో దిగాలన్నారు? మీరన్న కారు కనపడట్లేదు, వస్తుందా.. లేదా.. లేకుంటే పక్కన టౌన్ లో దింపమంటారా?" అన్నాడు మన పొన్నాంబళం అన్నయ్య.

"మా వాడు వచ్చాడులే, ఊర్లోకి రాగానే పూలరంగడిలా రెడీ అయ్యి కుక్కలకు బిస్కెట్లు వేసుకుంటూ కారు పక్కన నిలబడ్డాడు కదా ఆ దరిద్రుడే.. అదే వాడే మావాడు" అన్నాక నన్ను దింపి, సరే మంచిదని, బై అంటూ వీడ్కోలు తెలిపి ఒక్క తొక్కు తొక్కాడు. చూస్తుండగానే దుమ్ము రేపుతూ బాహుబలిలో ఒక పాటలో పడవ ఒక్కసారిగా నీళ్లలోంచి మేఘాల్లోకి వెళ్లినట్లు బస్సు మాయమైపోయింది.

సెంటర్ లో దిగి కాల్ చేసి నేను ఎక్కడున్నానో చెప్పి కుక్కలకు బిస్కెట్లు వేసే పని అయిపోయాకనే తీరికగా ఇటు రమ్మన్నాను. సరే అక్కడే వుండండి వస్తున్నా అన్నా అంటూ కాల్ కట్ చేశాడు. చూస్తుంటే మాటల్లో గౌరవం, అలాగే ఆకలితో ఉన్న కుక్కలకు బిస్కెట్లు పెట్టడం వంటి మంచి గుణాలున్నాయి పర్లేదనుకుని సంతోషపడ్డాను.

2

జాజాజీ– గజిబిజి

చిమ్మ చీకట్లో కూడా జంక్షన్ కళకళలాడుతోంది. జంక్షన్లోని హనుమంతుడి గుడి వల్లనే ఊరికి ఆ పేరు. ఆ గుడిలోపల నుండి ప్రశాంతంగా, నిదానంగా వస్తున్న అగర్బత్తి, సాంబ్రాణి, గంధం, తమలపాకు అర్చనల చల్లని సువాసనలతో బంతి పూల మాలలతో ఘనంగా పూజలు జరిగి అలసిన హనుమంతుడు సేదతీరుతున్నాడు. హమ్మయ్య అక్కడి వాతావరణం చూడగానే ఇక తరువాతి ప్రయాణం అంతా ప్రశాంతంగా జరుగుతుందనే నమ్మకం వచ్చి కాస్త ఉత్తేజం కోసం ఒక టీ తాగుదాం అనిపించింది.

రాత్రి రెండున్నర అవుతుంటే అక్కడోచోట వేడి వేడి సెగలతో, మరుగు టీ వాసనలు ముక్కుపుటలు తాకుతూ ఒక టీ కొట్టు నన్ను స్వాగతిస్తుంది. ఇదేదో శుభ సూచకంగా ఉంది, ఇకపై ప్రయాణం ప్రశాంతం. ఆ టీ కొట్టు పక్కన సర్కారు వారి సిన్సియర్ టాక్స్ పేయర్ రకరకాల బ్రాండులను రుచి చూసి, ప్రభుత్వ ఆదాయం కోసం కృషి చేసి ఇప్పుడు నేల మీద స్టార్ హీరో లాగా ఫోజు పెట్టి, గుర్రు బెడుతూ అదుపు చేయలేని స్థితిలో అర్ధరాత్రి యోగాసనాలు వేస్తున్నాడు. టాటా వారి విశ్వాసం గల వాటర్ బాటిల్ తీసుకుని ఒక టీ ఇవ్వండని అడిగి, బాటిల్ మూత తీసి, ఒక గుక్కేసి తల దించి చూసేసరికి రయ్యిన కారు వచ్చి నా కాళ్ళకు ఇసుమంత దూరంలో ఆగింది. కారు డోర్ ఓపెన్ చేసుకుని ముగ్గురొచ్చి నిల్చున్నారు.

'జానీ.., జాకోబ్..' అంటూ ఇద్దరు వ్యక్తులు ముందు వెనుక ఏం చెప్పకుండా పొదుపుగా తమ పేర్లను మాత్రమే చెప్పారు. వాళ్ళెవరో నాకు తెలియదు. అండర్ కవర్ ఆఫీసర్లో, అండర్ గ్రౌండ్ దొంగలో మరి అర్థం కాలేదు. ఈ సినిమాల్లో ఎవరినో కిడ్నాప్ చేయబోయి ఇంకెవరినో చేస్తుంటారుగా, కొంపతీసి ఆ బాపతేమో అన్పించింది. తరువాత మూడో వ్యక్తి వాళ్ళ వెనుక నుంచి వచ్చి 'హాయ్ అన్నా' అంటూ చేతులు కలిపాడు. కార్లో వచ్చేది ఒకరే అనుకున్నా, ముగ్గురిని చూసి కాస్త షాక్ అయ్యాను.

"వీళ్ళు నా ఫ్రెండ్స్ అన్నా.., అన్నకు వీళ్ళు ఉన్నారని చెప్తే బాగోదని చెప్పలేదు. మీకేం ఇబ్బంది లేదంటే సరదాగా కలిసి జర్నీ చేద్దాం" అని జీవన్ అంటూ ఉండగా నాలుగు టీ ఇవ్వండని సైగ చేశాను. టీ వాసనకే సగం తాగిన అనుభూతి పొందాను. అయినా వీళ్ళ

ఎంట్రీతో నా లైఫ్ కి ఎండ్ కార్డ్ పడ్డంత భయమేసింది. ఇప్పుడు ఒక టీ కడుపులో పడడం అత్యంత అవసరం. "టీ లో బిస్కెట్స్ నంజుకుంటావా అన్నా" అని ముందుంచాడు. వీడి దుంప తెగ అవి ఇందాక కుక్కలకు వేస్తున్న బిస్కెట్స్ కదూ.. అనుకుని 'ఇవీ..' అంటుండగానే "ఇందాక అక్కడ కుక్కలకు వేస్తుంటే మీరు కాల్ చేసారని రెండు బిస్కెట్లు ఉంచి మీకోసమే తెచ్చాను. తినండన్నా.." అంటూ ముందుంచాడు.

ఓరీడి అఘాయిత్వం కూల! పెట్టేది ఏదో కుక్కలకు పూర్తిగా పెట్టకుండా వాటి పొట్టగొట్టి నా నోట్లో కుక్కాలని చూస్తున్నాడని మనసులో తిట్టుకుంటూ "నేను బిస్కెట్స్ తినను నువ్వే తిను జీవన్" అని నేనంటుండగానే పక్కనున్న జానీ, జాకోబ్ లు ముందే 'మాకొద్దు.. మాకొద్దు..' అంటూ మొఖం తిప్పేశారు. ఆ రెండు బిస్కెట్స్ పక్కన పడేసి అక్కడ ఉన్న ఉస్మానియా సాల్ట్ బిస్కెట్స్ నాలుగు తీసుకుని ఆ టీ లో ముంచుకుని తింటూ నావైపు నవ్వుతూ చూస్తున్నాడు. అయినా నన్ను తినమన్న బిస్కెట్లు వాడెందుకు తినట్లేదు, ఇదేదో తేడాగా వుందని అనుకున్నాను.

చూసేందుకైతే మంచివాడిలాగే ఉన్నాడు, 'అన్నా..' అని ప్రేమగా కూడా పిలుస్తున్నాడులే అనుకుంటూ నాకు నేను సర్ది చెప్పుకుని బిల్ ఇచ్చేందుకు డబ్బులు తీశాను. ఉన్నట్లుండి జీవన్ పెద్దగా పొలికేక పెట్టాడు 'అన్నా..' అంటూ

"ఈ ట్రిప్ అయ్యేదాక మీరు ఒక్క రూపాయి కూడా తియ్యడానికి వీల్లేదు. నాకు మా అన్న మిమ్మల్ని అప్పజెప్పాడు, మీ బాధ్యత మాది, మీరు ఖర్చు చేస్తే మా మీద ఒట్టు" అంటూ పాత సినిమా సావిత్రి గారి ఎమోషన్ డైలాగు ఒకటి చెప్పాడు. నేనింక గుమ్మడి గారి లాగా ఒక ఎక్స్ ప్రెషన్ ఇచ్చి గమ్మున వున్నాను.

"అరేయ్ జాకోబ్ నువ్వివ్వు" అని జీవన్ అనేసరికి నాకేందిరా ఈ రచ్చ అనుకుంటూ లోపల ఫీల్ బయటకు బహిర్గతం చేస్తూ ఐదొందల నోటు మార్చాడు. ఈలోపు జానీ కింగ్ సైజు సిగరెట్ గుప్పున లాగుతూ.., "డ్రైవింగ్ వచ్చా భాయ్" అని అడిగాడు. "లేదు జానీ" అని చెప్పేలోపే మధ్యలో జీవన్ దూరి "మరేం పర్లేదు మా ముగ్గురికి వచ్చని" అసందర్భంగా పగలబడి నవ్వాడు.

వీడి మొహం మండా వీడేంటి ఇలా నవ్వాడంటూ ఆ టీ కొట్టావిడ, షాప్ లోని కుర్రాడు, ఆఖరికి నేలమీద పడివున్న యోగాసనాల ట్యాక్స్ పేయర్ అంకుల్ కూడా ఠక్కున లేచి కూర్చుని మా వైపు కొట్టేలా చూడటం మొదలు పెట్టారు.

అప్పటికే బిల్లు కట్టి భగ్గుమంటున్న జాకోబ్, జీవన్ వీపున ఒక్కటి చరిస్తే దెబ్బకు బిస్కెట్ నోట్లోకి పోయి, 'టీ' చొక్కా మీద ఒలికి టీ చొక్కాగా మారింది. అయినా జీవన్ నవ్వు ఆపకుండా "వీడికి మండింది అన్నా.." అంటూ నా చేతిలోని బాటిల్ తీసుకుని చొక్కా కడుక్కున్నాడు.

అదే నవ్వుతో కారు డోర్ తీసి నన్ను ముందు సీట్లో కూర్చోమని చూయించాడు. నేను వెనుక సీట్లో కూర్చుంటాను, కాస్త రిలాక్సవుతానంటూ వెనుక కూర్చునేందుకు ముందు డోర్ క్లోజ్ చేయగానే జాకోబ్ వెనుక డోర్ ఓపెన్ చేసి రండంటూ ఆహ్వానించాడు. జీవన్ డ్రైవింగ్ సీట్లో, జానీ ముందు వైపు సీట్లో కూర్చుని 'ఆల్ సెట్ గో' అంటూ కార్ స్టార్ట్ చేశాడు.

* * *

కారులో గాఢమైన మూలికా మందుల వాసన, ప్రసాదాలు మరియు పూల వాసనలు కూడా వస్తున్నాయి. జీవన్ మంచి భక్తుడనుకుంటా! ముందు దేవుడి బొమ్మలు, స్టీరింగ్ కి ఒక తాడు, వేలాడదీసిన గణపతి, డాష్ బోర్డ్ మీద జపమాల ఉన్నాయి. పోనీలే భక్తిగల వాడయితే మంచిదేలే అనుకుంటూ ముంచుకొచ్చే నిదురని అలా స్వాగతిస్తున్నా. నిదురలోకి జారుకునే క్రమంలో పాటలు చెవి పగిలిపోయే సౌండుతో వస్తున్నాయి. "ఈ పాట తెలుసా అన్నా ?" అంటూ జీవన్ మధ్యలో పిలిచి అడుగుతూ ఆ పాటను వీడి పనికిమాలిన వర్ణనతో పొగుడుతూ వున్నాడు. కానీ నా కళ్ళు మాత్రం తెరిచేందుకు నిరాకరిస్తున్నాయి. నా పక్కన జాకోబ్ మంచి నిద్రలోకి జారుకున్నాడు. జానీ, జీవన్ మెలకువతో ఉండి నాతో మాట్లాడుతున్నారు. కాసేపటి తరువాత ఒక పక్కన దాబా దగ్గర కారు ఆగింది. అందరం లేచి కారు దిగి కాస్త కాళ్ళు జాడించుకున్నాము. "ఏదైనా తినండన్నా" అని జీవన్ అంటే మా యర్రోడు ప్రేమతో పీకల దాకా తినిపించిన సన్నివేశం గుర్తొచ్చి ససేమిరా అంటూ తలూపాను. జీవన్ స్టీరింగును జానీ చేతులకు అప్పగించి వెనక్కు చేరాడు.

"భాయ్ మీరు ముందు కూర్చోండి" అంటూ జానీ అడిగాడు. సరే తిన్న తిండి, తాగిన వైన్, పొద్దుటి నుండి తిరుగుడు వల్ల కాస్త ఇబ్బందిగా ఉండి నేను కూడా ముందుకు వచ్చేందుకు ఇష్టపడ్డాను. కారు వెనుక సీట్లో వచ్చే వాసన వల్ల కూడా ముందే బెటర్ అనిపించింది. మళ్ళీ కారు గేరు మార్చి హైవే ఎక్కింది. పాటలు అలా సాగుతూ ఉన్నాయి. నిమిషాల్లోనే జీవన్ నిద్రలోకి జారుకున్నాడు. కారులో పాటల శబ్దానికి, గుర్ గుర్రనే గురకని జీవన్ పోటీగా ఇస్తున్నాడు. మాటలేమి లేవు, సరిగా గంట దాటాక ఎందుకో జానీ డ్రైవింగ్ ఇబ్బందిగా అనిపించింది. కాస్త కళ్లలో నిదుర మత్తు కూడా కనిపిస్తుంది. నాక్కూడా నిదుర ముంచుకొస్తుంది. ముందు సీట్లోని వ్యక్తి నిద్రపోతే డ్రైవింగ్ చేసే వ్యక్తికి కూడా నిద్రొస్తుందని నేను చాలా బలవంతంగా ఆపుకుంటున్నాను.

నా కళ్ళు తెరిచి ఉంచాలనుకునే కొద్దీ వల్ల కాదంటూ మొరాయిస్తున్నాయి. ఈ జీవనేమో కారులో నిండా స్పృహ తప్పి పడిపోయినట్లు, కారు సీటునే పట్టు పరుపులా ఫీలవుతూ చెవులు దద్దరిల్లేలా గాఢ నిద్రలో రీసౌండ్ వచ్చేటంత గురక పెడుతున్నాడు. అదలా ఉంటే జానీ ఒక ఝలక్ ఇచ్చాడు. కాస్తలో ప్రమాదం తప్పి డివైడర్ పక్కనుండి కారు

వెళ్లే సరికి నా మంపు వదిలింది. కాస్త ముందుకొచ్చాక రోడ్డు పక్కన ఆపేసి వాటర్ బాటిల్ తీసుకుని నీళ్లు మొహాన కొట్టుకుని గట్టిగా మొహాన్ని జూలు విదిలించినట్టు విదిలించాడు.

"జానీ మీకు నిద్ర వస్తున్నట్లుంది?" అన్నాను

"అవును భాయ్ నిన్న తెల్లవారు జామున లేచి చాలా పనులు చేస్తూ అలసిపోయాను. మొన్న కూడా మొత్తం డ్రైవింగ్ పనే. తెలిసిన సార్ ఇక్కడిదాకా అని తీసుకెళ్లి రాత్రి ఒంటి గంట దాకా తిప్పారు. దాంతో బాగా కళ్ళు మూతలు పడుతున్నాయి" అంటూ రుమాలుతో మొహాన్ని తుడుచుకున్నాడు.

"అయ్యో మొహమాట పడితే చాలా సార్లు ఇబ్బందికి గురవుతాము. స్వార్థం నిలువెల్లా చేరిన మనుషులు ఇతరుల ఇబ్బంది గురించి ఆలోచన చెయ్యరు. సరే మరి జీవన్ ని లేపుదామా..?" అన్నాను

"అయ్యో వద్దు భాయ్..వాడు చూడండి ఎలా గురక బెడుతున్నాడో. కాసేపు ఆగితే తెల్లారుతుంది కదా ఎవరోఒకరు లేస్తారు" అంటూ జేబులోని సిగరెట్ తీసి వెలిగిచ్చాడు. జానీ మాటలు విన్నాక, ఇతరుల గురించి ఆలోచన చేసే వాళ్ళు చాలా తక్కువ వుంటారనిపించింది.

అసలేం జరిగిందో తెలియని జాకోబ్, నిద్ర లేచి "ఏంటి ఇక్కడెందుకు ఆపారు?" అంటూ జారుతున్న నైట్ ప్యాంటును పైకి లాగుతూ రోడ్డు పక్కన గడ్డిని తడిపే కార్యక్రమం మొదలెట్టాడు. ఆపకుండా ఐదు నిమిషాలు ఆ యాసిడ్ దాడి జరిగాక "భాయ్.. ఏంటీ సంగతులు" అంటూ జంక్షన్ దగ్గర చేత్తో రుద్దుతూ తాపీగా అడగడం చూసి..

"రేయ్ ఆ గిటారు కాస్త మోగించడం ఆపు" అంటూ జానీ నావైపు చూసి తల కొట్టుకున్నాడు.

"ఊరుకో భాయ్ అసలు సరిగ్గా పక్క కుదరలేదు, చెమట పట్టింది. నీకు పడితే నువ్వు రుద్దుకోవా" అంటూ టీ షర్ట్ పైకి పోయి సగం పొట్ట కనబడేలాగా ఒళ్ళు విరిచాడు.

"చూడండి భాయ్, వీడు కార్ ఎక్కి ఎక్కగానే స్పృహ లేకుండా పడుకుని తీరికగా గేదె లాగా ఒళ్ళు విరుస్తూ నాటకాలు ఆడుతున్నాడు" అని జానీ అంటుంటే జాకోబ్ తీరు చూసి ఆపుకోలేని నవ్వొచ్చింది.

"అరె కాసేపు పడుకుని లేస్తే నేను డ్రైవింగ్ చెయ్యొచ్చని, ఏదో కాస్త హెల్ప్ చెయ్యాలని పడుకుంటే ఏంది భాయ్ ఇది" అంటూ జాకోబ్ మొహం మీద నీళ్లు కొట్టుకుని కర్చీఫ్ తీసి పరా పరా తుడుస్తూ చెప్పాడు.

"ఇంకేం భాయ్ మన జాకోబ్ డ్రైవింగ్ చేస్తాడు మీరు కాసేపు కునుకేయండి" అని అప్పటికే నిద్ర మంపుతో ఇబ్బంది పడుతున్న జానీతో అన్నాను.

జానీ "జాగ్రత్తగా డ్రైవ్ చేయరా"అంటూ స్టీరింగ్ జాకోబ్ చేతికి అప్పగించాడు. మీరు కూడా పడుకుంటే పడుకోండంటూ జాకోబ్ సలహా ఇచ్చాడు. సరేనని నేను కూడా నిద్రలోకి జారుకున్నాను. కాసేపటికి కార్ ధబెల్ ధిబెల్ అంటుంటే నేను కార్ లో కదా ఉండాలి ఎడ్ల బండిలోకి ఎప్పుడొచ్చాను అనుకుంటూ మెలకువలోకి వచ్చి చూస్తే సడెన్ బ్రేకులు, స్పీడ్ బ్రేకుల ఎత్తివేతలు. జాకోబ్ స్టీరింగ్ మీదకు పడిమరీ నడుపుతున్నాడు. బ్రేకు వెయ్యాలా? వేస్తే పోలా! అనుకుంటూ పిల్లలు వీడియో గేమ్ ఆడుతున్నట్టు నడుపుతున్నాడు. ఆ డ్రైవింగ్ దెబ్బకు మెలకువ మాత్రమే కాదు కడుపులో దేవేస్తున్నట్టు నోట్లోకి త్రేన్పులు, నీళ్లు ఊరుతున్నాయి. వీడికి డ్రైవింగ్ వచ్చా.. రాదా.., వస్తే ఇలాగే వచ్చా.., దీన్నే డ్రైవింగ్ అంటారా.. అనుకుంటుండగా "ఇదేం డ్రైవింగ్ రా సామీ" అని అరుస్తూ జానీ లేచాడు.

"ఏంది జాకోబ్ సంగతి, కారుని షెడ్డులో పెట్టే ప్లాన్ ఏమైనా చేస్తున్నావా ఏంటి?.., మనం మళ్ళీ రిటర్న్ కూడా వెళ్ళాలి" అని కాస్త చూసి మెల్లగా నడుపంటూ "ఎక్కడదాక వచ్చాం భాయ్?" అని నాతో మాటలు కలిపాడు.

జానీ నిద్ర లేవడం మంచిదయ్యింది, లేదంటే వీడి ఆత్రానికి నాకు మూత్రం లీక్ అయినంత పనయ్యింది అనుకుంటూ, "దాదాపు దగ్గరకు వచ్చాము. ఇంకో ముప్పై కిలోమీటర్లు" అని అన్నాను. ఈలోపు హడావిడి డ్రైవింగ్ గేమ్ స్టార్ జాకోబ్ ఒక బాంబ్ పేల్చాడు. "ఆయిల్ అయిపోవచ్చింది, ఎక్కడ ఆగిపోద్దో! త్వరగా పెట్రోల్ బంక్ దగ్గరకు వెళ్ళాలి" అంటూ నిదానంగా నింపాదిగా చెప్పాడు.

"అప్పుడే ఆయిల్ అయిపోవడం ఏంటీ..? ముందు చూసుకోవాలి కదా" అంటూ జానీ కంగారుపడ్డాడు. ఒక ఐదు కిలోమీటర్ల దూరంలో పెట్రోల్ బంక్ ఉన్నట్లు గూగుల్ మ్యాప్స్ లో చూపిస్తుందిలే పదండని వారి గొడవకు బ్రేక్ వేశాను.

ఇంత జరుగుతున్నా జీవన్ గురక మాత్రం అన్-స్టాపబుల్. దగ్గర్లోని పెట్రోల్ బంకుకెళ్ళే ఈ కాస్త దారిలోనే నా కడుపు కంగారు బెడుతుంది. వాంతి అయ్యేలాగా ఉంది. జానీ డ్రైవింగ్ తీసుకుంటే బాగుండని అనుకుంటూ లోలోపల గొణుక్కుంటున్నాను. కారు కదా! ప్రశాంతంగా నిద్రపోవచ్చులే అనుకుంటే నేను తప్ప ఈ ముగ్గురు తలా కాసేపు కునుకేశారు. అసలు సమస్య నాలో ఉందా లేక నా చుట్టూ వుందో నాకర్థం కావట్లేదు. నిద్ర పోయి పోగానే ఈ జాకోబ్ గాడి ఎగుడు దిగుడు డ్రైవింగ్ దెబ్బకు పొట్టలో పేగులు బయటకు వచ్చేలా తిప్పుతుంది. ఇదిలా ఉండగా ఎదురుగా పొడుచుకొచ్చే ఎర్రని సూర్యుడు. అప్పుడప్పుడే తెల్లారుతుంటే ఆ సూరీడు ముందు భారత్ పెట్రోల్ బంక్

బోర్డు స్వాగతం చెప్తుంది.

ఆయిల్ కోసం ఆపగానే ముందు దిగి కాస్త చల్లగాలి పీల్చుకుందామని పక్కనున్న చెట్ల దగ్గరకు వచ్చాను. ఈలోపే బంకులోని బాత్రూంలోకి జాకోబ్ పరుగులు తీసాడు. అప్పటికే లోపల ఎవరో ఉన్నట్లున్నారు, మళ్ళీ వెనక్కొచ్చి "కాస్త అర్జంట్, మీ మంచికే వెళ్తున్నా.. ఇప్పుడు నేను వెళ్లకపోతే మీరు బాంబుల దాడి తట్టుకోలేరు" అన్నాడు. నేను జానీ ఒకరి మొహం ఇంకొకరు చూసుకుని 'మాకు తెలుసులే రా..' అనే రవితేజ డైలాగు మైండ్ వాయిస్ లో అనుకున్నాం.

"అదుగో వాళ్ళు వచ్చారు, నువ్వెళ్ళు" అంటూ జానీ అన్నాడు.

"కాస్త ఆగు భాయ్, వాడొదిలిన గ్యాస్ మొత్తం పోనీ" అంటూ గ్యాప్ ఇచ్చి వెళ్ళాడు.

జాకోబ్ మంచి టైం పాస్ క్యారెక్టర్ లాగా వున్నాడు. జానీ, నేను జాకోబ్ చేసిన ఈ సన్నివేశం పదే పదే తలచుకుని నవ్వుకున్నాము. నిజమే వెళ్లకపోతే ఆ బాంబుల దాడికి లోపల తిప్పేది కాస్త గొంతు దాటి కక్కేవాడిని. జాకోబ్ లో నిర్మొహమాటంగా చెప్పే ఆ గుణం, ధైర్యం నాకు నచ్చాయి.

దేదీప్యమానంగా వెలిగిపోతున్న మొహంతో వండే క్రికెట్ కప్ గెలిచిన ప్లేయర్ లాగా సంబరంగా వచ్చి, కారుకి తీరుబడిగా ఆనుకొని ఎక్కడలేని సంతోషాన్ని ఆస్వాదిస్తున్నాడు జాకోబ్. నిజమే ఇలాంటివి అవ్వాల్సిన టైం లో అయితే పొందే అనుభూతి వేరే లెవెల్. "ఇంక బయల్దేరుదామా" అంటూ జానీ జాకోబ్ వైపు చూశాడు.

"మీదే ఆలస్యం బ్రదర్, ఎక్సలేటర్ తొక్కితే ఇంకెక్కడా ఆగేది లేదు" అంటూ జాకోబ్ కార్ డోర్ ధబెల్ మని లాగాడు. మళ్ళీ మనోడేనా డ్రైవింగ్, దేవుడా.. అనుకుంటూ అలాగే ఎక్కి కూర్చున్నాము. ఉదయం పూటే అయినా రోడ్లమీద రద్దీ మాత్రం ఎక్కువగానే ఉంది. ఐదేళ్ల తరువాత మొదటిసారి మళ్ళీ ఆ ఊరులో ఆగాను. ఐదేళ్ల ముందు నేను వెళ్ళినప్పుడు, ఇప్పుడు నేనిక్కడకి వచ్చినప్పుడు రెండింటిలో చాలా వ్యత్యాసం ఉంది. సరే నేను బస్టాండ్ దగ్గర దిగుతాను. మళ్ళీ కలుద్దామని చెప్పాను.

"అయ్యో భాయ్ మీకు కావలసిన అన్ని ఏర్పాట్లు మేమే చేస్తాము. మీరు మాతోనే ఉండాలి, మళ్ళీ వేరే చోట స్టేయింగ్ అని అనొద్దు. మేము ఆల్రెడీ గెస్ట్ హౌస్ చెప్పాము" అంటూ నన్ను అక్కడ దింపేందుకు ఒప్పుకోలేదు.

కాసేపు ఫ్రెష్ అయ్యి నా పని నేను చూసుకుని సాయంత్రం రిటర్న్ అవ్వాలనేది నా ఆలోచన. పోనీలే బాగా బ్రతిమాలుతున్నారు కదా పాపం, ఎలాగూ గెస్ట్ హౌస్ అన్నారని నాకు షెల్టర్ ఇస్తానన్న ఫ్రెండుకి కూడా వద్దని చెప్పి వీరితోనే ఉన్నాను. జాకోబ్ డ్రైవింగ్ దెబ్బకు నాకు కడుపులో తిప్పుడు ఇంకా తగ్గలేదు. దానికి తోడు బాగా నిదరొస్తుంది. ఒక

గంట పడుకుని విశ్రాంతి తీసుకుని, రెడీ అయ్యి వెళ్ళిపోదాం సింపుల్ గా అనుకున్నాను. ఇంక వెళ్ళి ఆ ఊరి రోడ్ల మీద నిలబడ్డాము.

* * *

జానీ చెప్పిన గెస్ట్ హౌస్ అతను రావడం లేదు. ఈలోపు మా చుట్టూ 'హోటల్ కావాలా సర్' అని తిరిగే వాళ్ళు ఎక్కువయ్యారు. వాళ్ళ బెడద భరించలేక మేము కారు అటు ఇటు తిప్పుతుంటే ఒకడు ఆటో వేసుకుని మా వెనకే ఫాలో అవుతున్నాడు. వాడి నుండి తప్పించుకునే గోలలో పడి దాదాపు సగం ఊరు తిరిగేసాము. అప్పటికే తొమ్మిదయి సూరీడు 'హాయ్ బ్రోస్!' అంటూ కిరణాలతో గుచ్చుడు స్టార్ట్ చేశాడు. జాకోబ్ కడుపు ఖాళీ అయ్యేసరికి ఆకలి అంటూ ఇక్కడ టిఫిన్ బాగుంటుంది, అక్కడ టిఫిన్ బాగుంటుందని బస్టాండ్ వెనక వరుసగా ఉన్న బండ్లలో ఒక టిఫిన్ బండి దగ్గర ఆపనే ఆపాడు. అన్ని బండ్లు జనాలతో కిటకిటలాడుతున్నాయి.

"ఏంటీ ఇలాగే టిఫిన్ చెయ్యాలా.." అని అంటే..

"ఇప్పటికే చాలా టైం అయ్యింది, ఫ్రెష్ అయ్యి తినేసరికి ఏ టైం అవుతుందో.. ముందు తినేద్దాం" అంటూ జానీని కూడా మోటివేట్ చేస్తున్నాడు జాకోబ్.

"మొహం కడుక్కోకుండా ఎలా.." అంటూ జానీ సుముఖత చూపడం లేదు.

"అడవిలో జంతువులు రోజూ మొహం కడుగుతాయా? లేదా టిఫిన్ బండోడు మొహం కడగకపోతే టిఫిన్ పెట్టనన్నాడా? ఈరోజుకి ముందు తిని తరువాత కడుక్కో" అంటూ హీరో నాని రేంజ్ లో డైలాగు చెప్పేసరికి జానీ కూడా టెంప్ట్ అయ్యి తినేందుకు వెళ్తూ నన్ను కూడా లాగాడు.

"నేనిప్పుడు ఏమీ తినను..? కాస్త ఫ్రెష్ అవ్వాలి, నాకు కడుపులో తిప్పుతుంది" అని కార్లోనే కూర్చున్నాను.

'సరే భాయ్' అంటూ వెళ్తున్న జానీ, జాకోబ్ లతో జీవన్ ని లేపనా అంటే "వాడు చూడు వరుసగా మూడు రాత్రులు నిద్రలేనోడి మల్లే నిద్ర పోతూనే వున్నాడు. మీరు లేపినా వాడు లేవడు, వాడు లేచే దాకా మనం లేపకుండా ఉంటేనే బెటర్" అంటూ ఇద్దరూ వెళ్లిపోయారు.

వెళ్ళి అరగంట అయినా రాలేదని కారు దిగాను. జాకోబ్ ఒక్కడే అక్కడ ఇరగడానికి రెడీగా ఉన్న ఒక స్టూల్ మీద కూర్చుని కనిపించాడు. జానీ ఏదని అడిగితే "అదిగో ఆ బడ్డీ కొట్టు సందులో సిగెరెట్ తాగుతున్నాడు" అంటూ చేయి చూపించి "ఆర్డర్ ఇచ్చి అరగంట అయ్యింది, త్వరగా ఇవ్వు" అంటూ జాకోబ్ తన ఆకలిని కోపంగా మార్చి అరుస్తున్నాడు.

ఇంతలో జానీ ఒక బాటిల్ తో వచ్చి "ఇదిగోండి భాయ్ కోకోనట్ వాటర్ ఇవి కాస్త తాగండి. కడుపులో ఇబ్బంది తగ్గొచ్చు" అంటూ బాటిల్ కొబ్బరి నీళ్లు నా చేతిలో పెట్టాడు. పక్కనే చేతులు కడిగే నీళ్ల డబ్బా దగ్గర గ్లాసులో నీళ్లు పట్టుకుని నోట్లో పోసి పుక్కిలించి ఊసి, చేతి వేలితో రెండుసార్లు అటు ఇటు కడిగి మళ్ళీ ఊసి వచ్చాడు. అంతట్లో వీళ్ళు చెప్పిన పెసరట్టు వేడిగా వచ్చింది. మీరు తింటూ ఉండండంటూ నేను కార్ దగ్గరకు వచ్చాను.

ఇంతలో జీవన్ లేచి "గుడ్ మార్నింగ్ అన్నా" అంటూ మనోళ్లు ఏరని సైగ చేసాడు. అటువైపు టిఫిన్ చేస్తున్నారంటూ చెయ్యి చూపించాను. ఈలోపే "ఏంటవి కొబ్బరి నీళ్ళా" అంటూ అమాంతం అరలీటర్ కడుపులోకి పంపాడు. అవాక్కయ్యి నవ్వుతూ నిలబడ్డాను. ఈలోపు జానీ, జాకోబ్ ఆరగించి తీరికగా వచ్చారు.

"రూమ్ ఇబ్బందైతే చెప్పండి నేను వేరే ఏర్పాటు చేసుకుంటాను" అని అనగానే "ఏంటీ ఇంకా రూమ్ అవ్వలేదా, వాడెవడో వచ్చేదాకా మనం వెయిట్ చెయ్యాలా, నేను బుక్ చేసేస్తాను" అని జీవన్ కారు తీశాడు.

"నేను ఓయో లో రూమ్ బుక్ చేస్తున్నాను" అంటూ లొకేషన్ ఫాలో అయ్యి ఒక హోటల్ ముందు ఆగి, "మీరు ఈ హోటల్ లోకి వెళ్ళి రేట్స్ ఎంత ఉన్నాయో కనుక్కుని రండి" అన్నాడు.

ఓయో అని ఒక పెద్ద బోర్డ్ పెట్టి ముందు ఒక సెక్యూరిటి గార్డుతో, చూడటానికైతే భలే క్లీన్ గా ఉంది. నేను జానీ ఇద్దరం లోపలికి వెళ్ళి మాట్లాడితే "ఒక రూమ్ పదిహేను వందలు, ముగ్గురు ఉండొచ్చు, కావాలంటే ఇంకో బెడ్ ఇస్తాము. నలుగురైతే వేరే రూమ్ తీసుకోండి, దానికి రెండు వేలవుతుంది" అని చెప్పారు. మేము ఇన్ఫర్మేషన్ కనుక్కుని కిందకు వచ్చి జీవన్ కి చెప్పాము.

"పదిహేను వందల రూమ్ ఓయో ఆన్లైన్ లో ఏడు వందలే కదా" అని జీవన్ ఆన్లైన్లో బుక్ చేస్తే మళ్ళీ పైకి వెళ్ళాము.

"మీరు ఇందాకేగా వచ్చారు, ఆల్రెడీ చెప్పాము కదా ఆన్లైన్ అయితే రూమ్స్ లేవని" అంటూ రిసెప్షన్లో అన్నారు.

అప్పటిదాకా మామూలుగా ఉన్న జీవన్ ఒక్కసారిగా తోక తొక్కిన పాము లాగా కస్సుబుస్సు లాడుతూ "వాట్ ద ఫ.., హెల్ డిష్ డుష్ డష్" అంటూ ఇంగ్లీషులో మాట్లాడటం మొదలెట్టాడు.

"మీరు నాకేం ఇవ్వలేదుగా పోయి ఓయో వాడినే అడగండి" అంటూ సన్నగా వున్నా గట్టిపాటి రిప్లై ఇస్తూ రిసెప్షన్ లోని అతను మా పై రివర్స్ అయ్యాడు.

"ఇంతకుముందే రూమ్ ఉంది అన్నారుగా? ఇప్పుడేంటి లేదంటారు? అయినా రూమ్ లేకుండా ఆన్లైన్ లో ఎలా బుక్ అవుతుంది" అంటూ గట్టిగా నిలదీశాను.

"ఇప్పుడైతే రూమ్స్ లేవు సార్, మీ ఇష్టం, కావాలంటే ఓయో కస్టమర్ కేర్ తో మాట్లాడుకోండి. నాకేం సంబంధం లేదు" అంటూ తెగేసి చెప్పాడు.

పోలీసుల్ని పిలుస్తానంటూ మా జీవన్ రెచ్చిపోవడం మొదలెట్టాడు. రిసెప్షన్ వాడేమో ఏమి పట్టనట్టు నవరత్నాయిల్ మసాజ్ చేయించుకున్న వాడిలా నెమ్మదిగా కూర్చుంటే జీవన్ మటుకు రెడ్ బుల్ తాగిన వాడిలా ఎగిరెగిరి పడుతున్నాడు. బుక్ అయ్యాక ఇవ్వనంటే ఎలాగంటూ తన స్పోకెన్ ఇంగ్లీష్ పరిజ్ఞానమంతా ప్రదర్శిస్తున్నాడు. అప్పటిదాకా బాగానే వుండి కాస్త గట్టిగా మాట్లాడాల్సి వచ్చేటప్పుడు ఇలా ఇంగ్లీష్ లో మాట్లాడే వాళ్ళను చూస్తే నాకు బాగా కామెడీగా అనిపిస్తుంది.

ఈలోపు జాకోబ్ వచ్చి "ఏంటీ గొడవ, రూమ్ ఓకే అయ్యిందా?" అంటూ నా చెవిలో గొణిగాడు.

"లేదు, రూమ్స్ లేవంట" అన్నాను.

"అదేంటీ బుక్ అయ్యాక లేవంటున్నారు'? అని జాకోబ్

"ఆన్లైన్లో కదా బుక్ చేసింది వాళ్లనే అడగమని అంటున్నారు" అని నేను.

"ఇందాక రూమ్ వుందన్నాడుగా విడిగా అయినా తీసుకోండని" మళ్ళీ జాకోబ్

"ఇప్పుడు విడిగా కూడా లేవంటున్నారు" అని నేను.

ఇలా మా సంభాషణ సాగుతుంటే...

అప్పుడే ఒక రూముకి సంబంధించిన నలుగురు కుర్రాళ్ళు అక్కడికి వచ్చారు. వాళ్ళల్లో ఇద్దరు ఒకమ్మాయితో నిన్న రూమ్ తీసుకున్నారంట, ఆ ఇద్దరూ డబ్బులు కట్టకుండా పోతే వాళ్ళతో ఉన్న ఆ అమ్మాయి కట్టాల్సి వచ్చింది. ఆ అమ్మాయి అక్కడే ఒక పక్కన కూర్చుని ఉంది.

"రూమ్ తీసుకుని ఆ అమ్మాయిని వదిలేసి పోతారా.. పిల్ల నా కొడకల్లారా.." అంటూ ఒక్క ఉదుటున రిసెప్షన్ లో నుండి బయటకు వచ్చి వాళ్ళ మీద మెరుపు దాడి చేశాడు ఆ బక్క పలుచని రిసెప్షనిస్ట్.

ఆ ఇద్దరు పిల్లలు దెబ్బకు 'అన్నా... అన్నా...' అంటూ దండం పెడుతుంటే ఇద్దరి దగ్గర ఫోన్లు లాక్కొని "అక్కడ కూర్చొండ్రా" అంటూ ఆ అమ్మాయిని "నువ్వెళ్ళిపో.. ఇలాంటి నా కొడుకులను నమ్మి ఎప్పుడూ హోటళ్ళకి రాకు" అంటూ, ఒక వంద ఇచ్చి ఏదైనా ఆటో మాట్లాడుకుని ఇంటికి పొమ్మని చెప్పి మళ్ళీ రిసెప్షన్ దగ్గరకు వచ్చాడు.

ఈ సీన్ తరువాత జీవన్ వాయిస్ లో బేస్ కాస్త తగ్గింది. గట్టిగా మాట్లాడాలి అనుకున్న నాలో కూడా అతనిపై ఏదో తెలియని గౌరవం కలిగింది. "అలా కాదండి, ఇప్పుడు రూమ్ లేదంటే ఎలా చెప్పండి" అంటూ నేను నిదానంగా అడిగాను.

"సర్, మా రూమ్ పదిహేనొందలు, ఆ ఆన్లైన్లో ఏవేవో ఆఫర్లంటూ ఏడొందలకే పెట్టి, మళ్ళీ అందులో కమీషన్ తీసుకుని మాకు ఐదొందలు ఇస్తారు. ఒక్కో రూముకి వెయ్యి రూపాయల లాస్. ఈ ఆన్లైన్ లేకపోయినా విడిగా మాకు రూమ్స్ అన్నీ బుక్ అవుతాయి. చాలా సార్లు చెప్పాము, అయినా ఈ ఆన్లైన్ తో ఇదే సమస్య" అంటూ ఓపిగ్గా వివరంగా మర్యాదగా చెప్పాడు.

ఈలోపు మళ్ళీ మా జాకోబ్ వచ్చి చెవి కొరుకుతూ, "నాకు బాత్రూమ్ అర్జెంటు నేను ఆపలేను, డ్యామ్ గట్లు తెగేలాగా ఉన్నాయి" అంటూ కంపు బాంబ్ పేల్చాడు.

వామ్మో.. జాకోబ్ సమస్య పట్టని జీవన్ ఆ కాల్ సెంటర్ వాళ్లకు కాకుండా అందులో ఇచ్చిన ఏదో ఒక నంబరుకి కాల్ చేస్తూ వున్నాడు. తీరా చూస్తే ఆ నంబర్ ఈ రిసెప్షన్ దే.. మరలా మరలా ఏదో వెర్రి లాగా జీవన్ అదే నెంబరుకి కాల్ చేస్తుంటే.. నాలుగు సార్లు సమాధానం ఇచ్చి నా వంక చూస్తూ...

"సర్ నాకు కాదు, కస్టమర్ కేర్ సెంటర్ వాళ్ళకి కాల్ చేస్తే ఏదైనా హోటల్ బుక్ చేస్తారని దయచేసి అతనికి చెప్పండి. చదువుకున్నోడే కదా నాకే మళ్ళీ మళ్ళీ చేస్తాడేంటీ" అంటూ విసుగుని పంటి కింద బిగబట్టి వినయంగా చెప్పాడు.

జీవన్ చేసే పని కన్నా జాకోబ్ సమస్య పెద్దదిప్పుడు, వెంటనే తీర్చకుంటే గచ్చు మొత్తం గలీజు అవుతుంది. జాకోబ్ మొహంలో బిగబట్టిన ఆ ఎక్స్ప్రెషన్ స్పష్టంగా కనిపిస్తోంది. బలవంతంగా ప్రవాహం ఆపుకున్న జాకోబ్ నా దగ్గరకొచ్చి

"ఈ రిసెప్షన్ వాడిని లైన్లో పెట్టు, నాకో ప్లాన్ తట్టింది" అంటూ గొణిగి కాస్త ముందుకు వెళ్ళాడు. నేను అతనితో "మరి ఇప్పుడెలా అండి" అని మాటలు కలిపాను.

"మీకు మీ అమౌంట్ రిటర్న్ వస్తాయి సర్, నిజంగానే మా హోటల్లో రూమ్స్ అన్నీ బుక్ అయిపోయాయి. ఇప్పుడు మీ ముందేగా నాలుగు రూమ్స్ బుక్ అయ్యాయి" అంటూ జరిగిందే చెప్పాడు.

ఆ రిసెప్షన్ ఎదురు ఇతను కొట్టిన దెబ్బకు రుద్దుకుంటూ కూర్చున్న కుర్రాళ్లను చూయించి "వాళ్ళలో ఒకడు కానిస్టేబుల్, ఇంకొకడు కార్పొరేటర్ కొడుకులు సర్. మూతి మీద మీసాలు కూడా సరిగా రాని వీళ్ళు, ఎవరో అమ్మాయిని తెచ్చి రాత్రి ఏమేం చేశారో గాని, పొద్దునికి లేరు. ఆ అమ్మాయి పారిపోతుంటే మావాళ్ళు చూసి ఆపితే ఇదిగో ఇప్పటికి

దొరికారు. ఇలాంటి పోరంబోకుల్ని నమ్మి అమ్మాయిలు వస్తారు. వీళ్ళు ఏవేవో చేసి పారిపోతే ఒక్కోసారి వాళ్లే రూముకి డబ్బులు కట్టడం, ఇంకొన్ని సార్లు ఇలా వచ్చిన అమ్మాయిలను బెదిరించడం లాంటివి కూడా చేస్తారు. అందుకే పట్టుకుని ఇలా తెచ్చి కూర్చోబెట్టాము. వాళ్ళ నాన్నలు వస్తున్నారు" అంటూ ఆ కుర్రాళ్ళ కథ చెప్పుకొచ్చాడు.

రిసెప్షన్ లోని అతను ఒకవైపు కాల్స్, ఇంకోవైపు ఈ కుర్రాళ్ళతో, వస్తూ వెళ్తూ వుండే వారితో చాలా హడావిడిగా వున్నాడు. మా జీవన్ మటుకు ఆ ఫోన్ పట్టుకుని నొక్కుతూ, ఏవో మాట్లాడుతూనే వున్నాడు. సమయం పరిగెడుతుంటే సమస్యకు సమాధానం వెతకాలి కానీ ఇలా మొండిగా జీవన్ చేస్తున్న కాలయాపన చిరాకు తెప్పిస్తుంది. ఉదయం నుండి నాక్కూడా కడుపులో ఒకటే ఏవగింపు, చూస్తుండగానే పొద్దు పైపైకి పోతోంది.

ఇంతలో జానీ వచ్చి "ఏమైంది భాయ్ మీరొచ్చి గంట పైనే అయ్యింది" అంటూ జీవన్ ఫోన్ నొక్కుడు చూసి అసహనంగా అడిగాడు. జరిగింది మొత్తం ఫాస్ట్ ఫార్వర్డ్ లో చెప్పాను. జాకోబ్ గడబిడ గురించి చెప్తుంటే జానీ చిరాకు పోయి నవ్వుముఖం వచ్చేసింది. ఈలోపు జాకోబ్ లిఫ్ట్ లో నుండి దిగాడు.

"పని ప్రశాంతంగా అయ్యిందా..!" అని జానీ నేను ఒకేసారి అడిగాము. "పనయ్యింది కానీ...." అంటూ సీటు మీద రుద్దుకుంటూ దగ్గరగా వచ్చి ఏదో చెప్పబోతుంటే రిసెప్షన్ అతను పిలిచాడు. జాకోబ్ చెప్పేది ఆపి, అతని దగ్గరికెళ్లాము.

"మీరు వచ్చి గంటన్నరయ్యింది. వేరే చోట ఏర్పాటు చేసుకోండి. అతనితో పెట్టుకుంటే ఇక్కడే సాయంత్రం అవుతుంది. ఓయో వాళ్ళు వేరే హోటల్ ఇస్తారు లేదా మనీ రిటర్న్ పంపుతారు, ఏ ఇబ్బంది ఉండదు" అనే ఉచిత సలహా మా క్షేమాన్ని కోరి ఇచ్చి, సమాచారం కూడా ఇచ్చాడు.

మరి ఇంతసేపు ఈ జీవన్ ఏం చేస్తున్నాడు? అని కోపమొచ్చింది.

ఏదేదో జరుగుతుంది గానీ ఇప్పుడు ఇక్కడ నుండి వెళ్లిపోవాలి. చాలా టైం వేస్ట్ అవుతుంది, ఒక పక్క నిద్ర ముంచుకొస్తుంది. నిన్నెప్పుడో వేసుకున్న అండర్ వేర్ అతుక్కుని పోయి ట్యాటూలు వేస్తూ నరకంగా ఉంది. ఈ జీవన్ మటుకు ఏమి పట్టనట్టు అసలేం చేస్తున్నాడో కూడా తెలియకుండా ఆ ఫోన్ లోనే మాట్లాడుతున్నాడు.

"వీడు నిజంగా కస్టమర్ కేర్ వాళ్ళతో మాట్లాడుతున్నాడా లేక వీడి లవర్ తో మాట్లాడుతున్నాడా" అంటూ డౌట్ లేపాడు జాకోబ్.

నిజమే వాడు కస్టమర్ కేర్ వాళ్ళతో చింతపండు పులిహోర కలుపుతున్నట్లు మెలికలు, మొహంలో నవ్వులు, జేబీలో చేతులు మధ్యలో కాలర్ దగ్గర కటింగ్ లు అన్నీ అలాగే

ఉన్నాయి. ఎంకి పెళ్ళి సుబ్బి చావు కొచ్చిందని, ఇవన్నీ నాకవసరమేనా అన్పించింది.

జానీ మా దగ్గర కొచ్చి "అక్కడ వాడు వయసయిన ముసలి ప్రేమలో ఒక ఆంటీ లవ్వులో మునుగుతున్నాడు. మా బాబాయి గారు వేరే హోటల్లో రూమ్ బుక్ చేశారు, వెళ్దాం పదండీ" అంటూ బయటకు తెచ్చాడు. జీవన్ అలాగే కాల్ మాట్లాడుకుంటూ మాతో మా వెనకే వచ్చి కారెక్కాడు. ఇప్పటిదాకా ఒక క్లారిటీ లేకుండా ఆ ఫోన్లో మునిగి టైంపాస్ చేసి ఇప్పుడేమో ఎందుకు ఏమిటని కూడా అడగకుండా మా వెనకే హచ్ కుక్క పిల్లలా వచ్చి కారులో కూర్చున్నాడు.

అసలు మనవళ్ళు మనవరాళ్ళతో గడిపే వయసులో కొత్తగా ఈ కుర్రోళ్ల ప్రేమలో ఎలా..? వీళ్ళయినా వారిని ఎలా లవ్వుతారో..? అసలు ఇది ప్రేమని అనాలా లేక కోరికకు పెట్టుకున్న పేరు అనాలా..? ఏదేమైనా కొందరు కుర్రాళ్ళు డబ్బు కోసం, ఒంటి దురద తీర్చుకోడానికి ముసలి ప్రేమల్లో కామ కలపాలు సాగించే సంస్కృతి బాగానే వృద్ధి చెందిందని అర్థమయ్యింది. కళ్ళెదురు కనిపిస్తున్న ఈ నిజంలో నిజాయితీ వెతికేంత గొప్ప మనసు నాకు లేకపోయింది, ఇదో కకృత్తి కామ కావ్యమని లైట్ తీసుకున్నాను.

* * *

ఇప్పటికే మధ్యాహ్నమయ్యింది. ఒంట్లో నీరసం ఆవహించి తలనొప్పి తగులుకుంది. ముక్కులు పగిలేలాగా నా ఒంటి వాసన నాకే తెలుస్తుంది. పూర్తిగా అసహనం, వెతికే ఓపిక అసలు లేదు. ఇక ఇదే ఫైనల్ అనుకున్న సందర్భంలో సచ్చినోడి పెళ్ళికి వచ్చిందే కట్నం లాగా ఉంది బాబాయ్ బుక్ చేసిన హోటల్ రూమ్. ముగ్గురని చెప్పి నలుగురు వచ్చామని, ముగ్గురికే పర్మిషన్ వుందంటూ ఆ హోటలోడి గొడవ. ఎక్స్ట్రా బెడ్ లేదు, ఏసీ లేదు, బెడ్ షీట్స్ లేవు, మా ఖర్మ కొద్దీ మాకు ఒంట్లో ఓపికా లేదు. ఇక చేసేదేమి లేక అలాగే అంటూ వాడి షరతులకు వినయంగా తలూపి రూమ్ 'కీ' తీసుకుని పోయి లోపలపడ్డాము.

మా జీవన్ ఓ నాలుగు బ్యాగులు కారులో నుండి తెచ్చి రూములో పెట్టాడు. మా బ్యాగులు ఇంకో మూడు కలిపి సగం రూము వీటికే సరిపోయింది. ఇన్ని బ్యాగుల్లో ఏమున్నాయో ఏమో అనుకున్నాను. ఇంతలో జాకోబ్ ఒంటి మీద బట్టలు కూడా బరువు అన్నట్లు మొత్తం తీసేసి తలో దిక్కుకి విసిరేసి ఒక కండువా కట్టి ఆ డాయరు కూడా పారేసి బాత్రూములోకి దూరాడు. ఒరీడి దుంప తెగ ఎన్నిసార్లు పోతాడో అనుకుంటూ నేను, జానీ ఫోన్లకు ఛార్జింగ్ పెట్టేందుకు సాకెట్ల సర్దుబాటు చేస్తున్నాం. నా షూ విప్పగానే వాసన వచ్చి వాష్ చేసుకోవడం బెటరేమో అనుకున్నాను. కానీ జీవన్ షూ తీసాక ఒక్కసారిగా రూమంతా కకావికలమై నాది చాలా తక్కువయ్యింది. వెంటనే పరుగున వెళ్ళి రూమ్ డోర్ ఓపెన్ చేసి పెట్టాను.

అన్ని కార్యక్రమాలు పూర్తి చేసుకుని, స్నానం చేసి జాకోబ్ జలకాలాడిన మల్లెపువ్వు లాగా వచ్చాడు. "నేనెళ్తా భాయ్" అంటూ జానీ లోపలికి దూకాడు. ఆపేదేముంది కక్కొచ్చినా కల్యాణమొచ్చినా ఆగదంటారు, అలాంటిది కక్కుస్టు దగ్గర మాములుగా ఉంటదా అనుకుని కుర్చీలో కూర్చున్నాను. కూర్చున్న నాకు అలాగే నిద్ర పట్టింది.

కాసేపు తరువాత మెలకువ వచ్చింది. అందరూ గుర్రుబెట్టి నిద్రపోతున్నారు, బార్ల తలుపులు తీసి. ముగ్గురూ ఆ బెడ్ మీద నిద్రపోటీలు జరుగుతున్నట్లు పోటీపడి కుంభకర్ణుడి కజిన్స్ లాగా నిద్రపోతున్నారు. నేను నిదానంగా లేచి ఒకేసారి కాలకృత్యాలన్నీ తీర్చుకుని స్నానం చేసొచ్చే సరికి బడలిక పోయి మనసంతా రిలాక్స్ అయిన గొప్ప అనుభూతి. బాత్రూములో మూడు ఒకేలాంటి సోప్స్ ఉన్నాయి. ఇప్పుడు నా సోప్ కూడా అలాంటిదే, ఎందుకంటే హోటల్ వాడు అందరికి ఒకేలాంటి బుడ్డ సబ్బులు ఇచ్చాడు. షాంపూలు ఇవ్వలేదు, నా బ్యాగులోని టూత్ పేస్ట్ బయట పెట్టి ఉంది, షాంపులు పదికి ఆరే ఉన్నాయి. వీళ్ళు తీసుకుని వాడారని అర్థమయ్యింది, ఇప్పుడు చేసేదేం లేదుగా.. ముందు ఈ సబ్బు కలవకుండా పెట్టుకోవాలని ఆలోచించి అసలు బాత్రూంలో లేకుండా బయట వైపు బ్యాగులకు దగ్గరగా ఒక మూల పెడదామని అనుకున్నాను.

బాత్రూమ్ డోర్ తెరిచి బయటకు వచ్చేసరికి ముగ్గురూ లేచి వున్నారు. ఒక పెద్దాయన (జానీ వాళ్ళ బాబాయ్) కూడా వచ్చి వున్నారు. ఆయనే ఈ హోటల్ రూమ్ మాట్లాడింది. వాళ్లంతా మాట్లాడుతుండగానే నేను రెడీ అయ్యాను.

జానీ వాళ్ళ బాబాయ్ భోజనానికి వెళ్ళాలి అంటున్నారు. నిజమే అసలు అదొక విషయం ఉన్నదనే మర్చిపోయాను. కడుపు ఖాళీ అవ్వడం, వేడి నీళ్ల స్నానం, కాస్త కునుకు వెయ్యడం వల్లేమో కడుపు లోపల రకరకాల జంతువులన్నీ కలిసి ఫ్లాష్ మాబ్ కండక్ట్ చేస్తున్నట్లు ఉంది.

"వాళ్ళు ఎప్పుడనగా రమ్మన్నారో! మీరేమో ఇలా నిద్ర పోతూ ఈ టైం చేశారు. ఆలస్యం అయినా సరే మనం వెళ్లాల్సిందే" అంటూ జానీ వాళ్ళ బాబాయ్ బాగా హడావిడి చేస్తుంటే, అప్పుడు చూస్తే తెలిసింది టైం సాయంత్రం నాలుగయ్యిందని. నిజమే నిద్ర సుఖమెరుగదని, ఆ కుర్చీలో కూర్చున్న నేను అలా గంటన్నర సేపు కదలకుండా బెల్లం కొట్టిన రాయిలా నిద్రపోయినట్లున్నాను.

"ఇలా వేళ కాని వేళలో భోజనానికి ఏమెళ్తాము. మనం బయట ఏదొకటి తినేద్దాం" అంటూ మాట ముగించేలోపే..

"అయ్యో.. భలే వారే మీరు, మనం వెళ్లాల్సిందే. ఒకసారి మాట చెప్పాక తిరుగులేదు. మనం వెళ్ళకుంటే మాటొచ్చేయదూ.." అంటూ బాబాయ్ తన నోట్లోంచి తుంపరలు

రూమంతా పడేలాగా ఆవేశంతో చెప్పాడు.

"బాబాయ్ వెళ్దాం కానీ మీరు కాస్త నిదానంగా మాట్లాడండి. నేనిప్పుడే స్నానం చేశాను, మళ్లీ చేసే ఉద్దేశం లేదు" అంటూ కాస్త వెనక్కి జరిగాను. ఏంటో గబుక్కున నోరు తుళ్లి మనసులో మాట అనేసానే పెద్దాయన్ని పట్టుకుని అన్పించింది. ఆయన నా దగ్గరికి వచ్చి మొహంలో మొహం పెట్టి, "భలే చమత్కారివి నువ్వు" అంటూ పెద్దగా నవ్వి ఇంకాస్త తడిపాడు.

జాకోబ్ మధ్యలో "అసలే ఆకలితో వున్నాను, నువ్వు మధ్యలో ఆపొద్దు వెళ్దాం పదండి" అంటూ రూమ్లో నుండి బయటకు వచ్చి కార్ తీశాడు. సరే నాక్కూడా బాగానే ఆకలిగా ఉంది. పిలిచి ఆకలి తీరుస్తామంటే ఎవరు కాదంటారు చెప్పండి, కానీ మేము వెళ్తున్న టైం సరైనదేనా అనే అనుమానం మాత్రం అలాగే ఉండిపోయింది. మాటల్లో గట్టిగా పదంటే పది నిమిషాల్లో మేము వెళ్లాల్సిన ఇల్లు వచ్చేసింది.

బాబాయ్ హుషారుగా దిగి, గేటు తీసి మమ్మల్ని రమ్మని ఆహ్వానించాడు. లోపల అడుగు పెట్టగానే ఇల్లంతా చాలా అందంగా, పచ్చని పెరడుతో ముచ్చటగా ఉంది. గుమ్మంలోనే చిక్కగా నవ్వుతూ ఇద్దరు దంపతులు కనిపించారు.

ఇదిగొండమ్మ వీరే నేను చెప్పిన వాళ్ళంటూ మా అందరి వైపు చెయ్యి చూపిస్తూ నిలబడ్డాడు బాబాయ్. ఆ ఇంటావిడ మాకు చేతులెత్తి నమస్కరిస్తూ స్వాగతం పలికారు. ఇల్లు పాత కాలం మాదిరి వున్నా చూడటానికి చాలా బాగుంది. చెక్కతో చేసిన సోఫా, పాతకాలపు పెద్ద కుర్చీలు, ఒక పడక కుర్చీ హాల్లో ఉన్నాయి. సాధారణంగా ఒకరో ఇద్దరో అనుకుని వుంటారు, ఒకేసారి ఐదుగురు వెళ్లేసరికి ఆ దంపతులు వంట గదిలోకి వెళ్లి చర్చల్లో మునిగారు. పోయి పోయి అకస్మాత్తుగా అసందర్భంగా వచ్చిన సాయంత్రపు వర్షం లాగా మేము వెళ్ళామేమో అనిపించింది. నాతో వచ్చిన వారెవరికి ఏ ఆలోచనా లేదు, చాలా సౌకర్యంగా చక్కగా కుర్చీల్లో కూర్చుని, చెక్క యొక్క అరుగుదలని చెక్ చేస్తున్నారు.

ఒక్కసారే ఐదు గ్లాసుల్లో నిండా నీళ్లు నింపి మా అందరికీ ఇచ్చారు. మా వాళ్ళు నీళ్లు తాగితే తినడం కష్టం అనుకుని, పైపైన ఒక్క గుక్క వేసి అక్కడే పెట్టారు. ఈలోపు ఒక ప్లేటులో చక్రాలు, ఇంకో ప్లేటులో బిస్కెట్స్ ఎదురుగా పెట్టారు. భోజనం చేసేముందు ఇవన్నీ తింటే ఎలాగనుకుంటూ, అసలు తినకుంటే బాగోదని కాస్త కాస్తగా నంజుతున్నారు. బాబాయ్ మటుకు "మీరు తినండి తినండి" అని మమ్మల్ని కమాన్ కమాన్ కోచ్ లాగా ఎంకరేజ్ చేస్తూ మాట్లాడుతూనే వున్నారు. నేను మాత్రం ఆయన ప్రేమకి తడిసి ముద్దవ్వకుండా దూరంగా కూర్చున్నాను. ఈలోపు ఒక ప్లేట్ లో సగం చక్రాలు, బిస్కెట్లు పట్టుకుని బాబాయ్, జానీ అలాగే ఆ ఇంటావిడ భర్త ఏవేవో వ్యక్తిగత

విషయాలు మాట్లాడుకుంటూ బయటకు వెళ్లారు.

జాకోబ్ ఈ బిస్కెట్స్, చక్రాలు తిని ఇంకా ఫుడ్ కూడా పట్టించాలన్నట్లు ఎదురు చూస్తున్నాడు. జీవన్ మటుకు చాలా కొత్తగా అంటీ అంటనట్టు, పెదాలకు, చేతికి అడుగు దూరం పెట్టి శబ్దం కూడా రాకుండా తింటున్నాడు. ఇంతలో వంట గది నుండి కాఫీ వాసనలు వస్తున్నాయి. అవి ముక్కులు చేరే లోపే ఆ ఇంటావిడ కప్పులతో మా ముందు నిలిచారు. జీవన్ వంకర్లు తిరుగుతూ, ఆమె వైపు అదేదో మెల్ల కన్నులా చూస్తూ కాఫీ కప్పు అందుకున్నాడు. జాకోబ్ పక్కనే ఉండి మొత్తం సీను పట్టేసాడు. ఆహా ఇక్కడేదో ఎపిసోడ్ నడుస్తుందే అనుకునేలోపు, గోడ మీద ఆర్మీ డ్రెస్సులో ఉన్న అంకుల్ గారి ఫోటో చూసాను. ఈ జీవన్ ఎచ్చులేమో మామూలుగా లేవు. లోపల వేస్తున్న ఆకలికి సర్ది చెప్పుకుంటూ, మరోపక్క ఆ రిటైర్డ్ ఆర్మీ అంకుల్ కి ఎక్కడ ఈ జీవన్ వేషాలు తెలుస్తాయోనని భయపడుతూ, దాన్ని మ్యానేజ్ చేసేందుకు కాఫీని ఒక సిప్పు వేశాను. కమ్మగా ఉండాల్సిన కాఫీ ఏంటో చేదుగా ఉంది.

కాఫీ ఇచ్చారా..? కషాయం ఇచ్చారా..? స్మెల్ కాఫీదేనే.. అనుకుంటూ తలెత్తి చూశాను. జీవన్ కాలుమీద కాలేసుకుని సిప్పు మీద సిప్పు జుర్రుతున్నాడు. జాకోబ్ మటుకు నావంక అదోలా చూస్తున్నాడు.

నీ కాఫీ కూడా చేదుగా ఉందా..? హమ్మయ్య., నాకే కాదు అందరికీ ఇలాగే ఉంది. మరి జీవన్ జుర్రుడు సంగతేంటి..? (మైండ్ వాయిస్ రన్ అయింది)

"షుగర్ సరిపోయింది కదా..! బాగుంది కదా కాఫీ" అంటూ జీవన్ వైపు చూస్తూ జాకోబ్ నాకు కన్ను గొట్టాడు.

ఆ కన్నుగీటు మర్మం తెలుసుకుని "నాకు సరిపోయింది బాగానే వుంది" అంటూ తలూపాను.

జీవన్ మా వైపు చూసి నవ్వీ నవ్వలేక ఓ నవ్వు నవ్వాడు. ఈలోపు ఆ ఆంటీ వచ్చి "కాఫీ ఎలావుందండీ..?, కంగారుగా పెట్టాను. పర్లేదు కదా" అంటూ మెలికలు తిరుగుతుంటే.. 'ఆంటీయో...!' అని మరీ మరీ పిలిచి "చాలా చాలా చాలా బాగుంది" అంటూ పొడవైన పొగడ్తను గూడ్సు బండిలా సాగదీసి గట్టిగా ఒక సిప్పు లాగాడు జీవన్.

ఆ మెలికల పాటలో అంతరాయం కలిగిస్తూ "కాఫీ బాగుంది కానీ ఇందులో కాస్త షుగర్ వేస్తే ఇంకా బాగుంటుంది" అంటూ నేను కప్పు ఆమెకు ఇచ్చాను. దెబ్బకు జీవన్ జుర్రుకున్న కాఫీ సిప్పు గొంతులోనే ఆగిపోయి పొరబోయింది. వెంటనే జాకోబ్ 'ఈ కప్పులో కూడా కాస్త' అంటూ మాట కలిపాడు. అప్పటికే సగం కప్పు పైన జుర్రేసిన జీవన్ పరిస్థితి అయోమయంగా ఉంది.

మీకూ కావాలా అంటూ ఆవిడ జీవన్ ని అడిగితే, "వాడికి మీ చేతి రుచి వల్ల ఆల్రెడీ షుగర్ కలిపినట్టే ఉండి సగం పైన తాగేసాడులెండి" అంటూ జాకోబ్ ఆ కాస్తలో కూడా షుగర్ వేయనీయకుండా జీవన్ కి చేదు కాఫీని పంచాడు.

బాబాయ్ గారు షుగర్ పేషంట్, మా వారు కూడా షుగర్ పేషంట్, జానీ ఏమో షుగర్ వాడడు ఇలా ఆవిడ విశ్లేషణలో ఫైనల్ గా ఆ షుగర్ లెస్ మాక్కూడా చేరింది. నీయయ్యా.., తుంపరల బాబాయ్ మా చేత కషాయం కాఫీ తాగించి చంపేద్దాం అనుకున్నాడా.. ఒకవైపు ఆకలితో అలమటిస్తుంటే ఇదేందిరా సామీ..అని లోలోపల తిట్టుకుని పైకి పేదు మొహపు నవ్వుతో ఎక్స్ ప్రెషన్ పెట్టాను. మొహమాటానికి పోతే అదే చేదు కాఫీ గతయ్యేది, నేను మాత్రం ఓ చెంచాడు పంచదారతో బయటపడ్డాను.

పాపం జీవన్ అత్యుత్సాహంతో చేదు కాఫీకి బలయ్యాడు. జాకోబ్ బలిచేసాడని కూడా అనొచ్చు. నాకన్నా ముందే జీవన్ జాకోబ్ తో కాఫీ ఏంట్రా చేదుగా ఉందనంటే.. 'నా కాఫీ బాగానే ఉందిరా, నీ నోరు బాలేదేమో' అన్నాడట. కాఫీ చేదుగా ఉందంటే ఆవిడెక్కడ బాధ పడుతుందోనని మొత్తం కాఫీని ఆస్వాదిస్తూ తాగాడు. చివర్లో మేము అనేసరికి జీవన్ ఫేస్లో జీవం లేకుండా పోయింది. నిజమే, తీరా నిజం తెలిశాక చివర్లో వేసే రెండు గుటకలు మరింత దారుణంగా ఉంటాయి కదా..

ఆవిడ పక్కకు వెళ్ళగానే జీవన్ జాకోబ్ కాలర్ పట్టుకొని "ఏంటిబే నీయయ్యా.. నన్ను బలి చేశావు" అంటూ పళ్ళు కొరుకుతుంటే బయటకు వెళ్లిన వాళ్లంతా వచ్చేసారు. జాకోబ్ మటుకు నవ్వు ఆపుకోలేక అల్లాడుతున్నాడు. వచ్చి కూర్చుని గంట అయ్యింది. ఈ కాఫీ, టీ లు కాకుండా బువ్వ పెట్టే యవ్వారం ఏమైనా ఉందా అంటూ లోలోపల మదనపడటం, ఈలోపు జీవన్ జాకోబ్ ల తీరుతో నవ్వడం సరిపోయింది.

మా తుంపర్ల బాబాయ్ లోపల తీరిగ్గా కూర్చుని "ఏంటీ ఎలా ఉన్నాయి మనోళ్ళ ఏర్పాట్లు..? లోపల రెడీ అవుతుందిలే" అంటూ ఏవేవో ఆశలు రేకెత్తిస్తున్నాడు.

మా పరిస్థితెలా ఉందంటే మాకు ఆకలేస్తుంది భోజనం పెట్టండి అని అడగలేము, అలాగే పెడతారేమో అని ఎదురు చూస్తూ కూడా వుండలేము. మధ్యాహ్నం వండి వృధా అయ్యింది అనుకున్నారా..? అసలు వండారా లేక ఇప్పుడు వండుతున్నారా..? అసలు వండరా..? ఇంతకీ భోజనం ఉందా లేదా అనే స్పష్టత కూడా తెలియదు. ఒకరి మొహాలు ఒకరం చూసుకుంటున్నాం.

"ఈసారి మర్చిపోకుండా భోజనానికి రండి, ఇలా కాఫీకి కాకుండా" అంటూ మర్యాదగా నవ్వుతూ బాంబు పేల్చాడు ఆర్మీ అంకుల్. ఒక్క దెబ్బకు నాకు క్లారిటీ వచ్చింది. మా బాబాయ్ మటుకు కళ్ళెళ్ళ బెట్టి అది కాదంటూ చెప్పబోతుంటే..!

"అలాగే అండి ఈసారి వస్తే తప్పక భోజనానికి సరైన సమయానికే వస్తాము" అంటూ చెప్పేసాను. ఆకలి కేకలకు చేదు కాఫీ మెలికలు కలిపి ఠక్కున లేచి నిలబడి 'వస్తాము సర్' అంటూ నమస్తే పెడుతుంటే.. జాకోబ్, జీవన్ మాత్రం ఆత్రంగా ఆ బిస్కెట్స్, చక్రాల వంక అవన్నా తినేసుంటే పోయేదన్నట్లు చూస్తూ ఇంకా ఏదో పెట్టబోతున్నట్లు కూలబడే వున్నారు..

జానీకి వాళ్ళ బాబాయ్ మీద చాలా కోపం వచ్చింది. జానీ లేచి నిలబడి " వేరే పనులు ఉన్నాయండి త్వరగా వెళ్ళాలి, మా వాళ్లకు మాత్రం ఏదైనా పెరట్లో పనివ్వండి ఇక్కడే కూర్చుని కాస్త పని చేసుకుంటారు, ఒకవైపు టైం అవుతుంటే ఇంకా కూర్చునే వుంటారే లేవండి త్వరగా వెళ్దాం" అని అర్థం కాక కూర్చున్న జీవన్ జాకోబ్ లకు, చేదు కాఫీ మాత్రమే పంచిన అంకుల్ ఆంటీలకు నవ్వుతూ సుకుమారంగా గంటె కాల్చి మాటల వాత పెట్టాడు. దెబ్బకు ఠక్కున లేచి నిలబడి క్షణాల్లో బయటకు వచ్చేసాము.

బయటకు వచ్చాక అందరం బాబాయ్ వైపు మింగేసేలా చూశాము. వివరాల్లోకెళ్తే.. ఇలా జరుగుతుందని పాపం బాబాయికి కూడా తెలియదు. వాళ్ళు మధ్యాహ్నం రమ్మన్నారు. వస్తున్నామో, రామో బాబాయ్ అప్డేట్ ఇవ్వలేదు. వస్తున్నారా లేదా అని వాళ్ళూ అడగలేదు. మేము వచ్చాము కదా మాకోసం వండమని మేమూ అడగలేము. ఇందులో జరిగింది కేవలం కమ్యూనికేషన్ లోపం అని నిర్ధారించుకుని సమస్యను చర్చల ద్వారా శాంతియుతంగా పరిష్కరించాను.

ఇప్పుడు తినకపోతే పోయేలాగా ఉన్నాము. కానీ నేనేమో చాలా అర్జంటుగా ఒకరిని కలవాలి. అప్పటికే చీకటైందని అనుకుంటూ నాకు తెలిసిన మిత్రుడికి కాల్ చేశాను. కానీ అది మరుసటి రోజుకు వాయిదా పడింది. ఉదయాన్నే కలుద్దామంటూ అవతలి నుండి నిరాశపరిచే సమాధానం. ఈరోజు మధ్యాహ్నం కలవాల్సిన వ్యక్తిని అనుకోని మా రూమ్ ఎపిసోడ్, కాఫీ ఎపిసోడ్ అవాంతరాల వల్ల ఆలస్యమయ్యేసరికి రేపటికి మారింది.

* * *

ఇదంతా సరే కానీ ముందు కడుపుని చల్లబరచాలి అనుకుంటూ ఉండగా దారిలో ఒక గుడి దగ్గర కారు ఆగింది. జీవన్ బూస్ట్ తాగినోడి మల్లే పరిగెత్తుతూ వెళ్ళాడు. పోవడం పోవడం పొర్లు దండాలు పెట్టాడు. చెంపలు బాదుకున్నాడు. ఏవేవో మంత్రాలు చదివాడు. గర్భ గుడిలోకి వెళ్లేందుకు రెండొందలు పంతులు చేతిలో పెట్టాడు. వస్తూ ఓ ఐదు లడ్లు, ఐదు పులిహోరా ప్యాకెట్లు పట్టుకుని, నుదురు ఖాళీ లేకుండా నామాలు, విభూది, కుంకుమ ఒళ్ళంతా పులుముకుని వచ్చాడు. భక్తితో వెళ్లి, భూత మాంత్రికుడిగా మారాడా.. అనే అనుమానం కలిగేలా మెడలో ఎర్ర కండువా వేసుకుని వచ్చి కార్లో

కూర్చుని పులిహోరా మా చేతిలో పెట్టి ఈరోజుకు ఇదే మన భోజనమనేలాగా సిగ్నల్ ఇచ్చాడు.

ఎందుకు సడన్ గా ఆపాడో.., అసలెందుకు పరిగెత్తుకుంటూ వెళ్లాడో అర్థం కాలేదు. అయినా ఈ పులిహోరా భోజనం ఏంటీ అనుకుంటూ ఉంటే జాకోబ్ దీనర్థం చెప్పాడు. ఇందాక జరిగిన కాఫీ తాలూకా పగలో భాగం ఇదంతా అంటూ..

అంతలో జానీ "కాఫీ నా.. కాఫీ ఏంటి..? ఏమైంది..? " అంటూ మాట కలిపాడు.

"ఇందాక జీవన్ ఆ ఆంటీ దగ్గర అతి చేస్తుంటే షుగర్ లెస్ కాఫీ తాగించాము. వీడి ఓవర్ యాక్షన్ కి తిక్క కుదిరేలా చేశాము అందుకే వీడిప్పుడు కోపాన్ని కావాలని ఇలా చూపించాడు" అని జాకోబ్ చెప్తుంటే జీవన్ కోపాన్ని పట్టించుకోకుండా అందరం నవ్వుకున్నాము. ఇంతలో బాబాయ్ కూడా పెద్దగా నవ్వడం మొదలెట్టే సరికి, దెబ్బకు అందరూ మొహాలపై కర్చీఫులు అడ్డుబెట్టుకున్నారు. జీవన్ కి కోపం పెరిగిపోయి మొహంలో ఒక్కోటి మార్పు మొదలైంది. పాపం జీవన్ కోపం కోపంలా కాక మాకేమో కామెడీగా కనిపిస్తుంది.

నా ఫోన్లో ఏదో కొత్త నెంబర్ ఆపకుండా రింగ్ అవుతూనే ఉంటే కాల్ లిఫ్ట్ చేశాను. అవతల నుండి " ఏరా మామా! మా ఊరు వచ్చి కనీసం ఒక్క కాల్ కూడా లేదు..?" అంటూ ఓ నవ్వు. అసలు నెంబరే కొత్తది. ఎక్కడో చూసినట్లున్నా సరిగా గుర్తుకు రావడం లేదు. అటు నుండి మాట్లాడేది ఎవరని ఎలాగబ్బా తెలుసుకోవడం..? అనుకుని అందుకేగా ట్రూ కాలర్ ఉందని పక్కనే ఉన్న జానీ ఫోన్లో నెంబర్ సెర్చ్ చేస్తే 'రమేష్ ఫైనాన్స్' అని కనిపించింది. ఇదే ఊరిలో గతంలో నాతో పాటు పని చేసిన నా కొలీగ్. నా నెంబర్ మారింది కానీ వాడిది అప్పటి నుండి అదే నంబర్. చాలా సార్లు ఇద్దరం కలిసి ఎన్నో విషయాలు షేర్ చేసుకున్నాం. వాడు కాల్ చేయడం చాలా సంతోషం అనిపించి "అరేయ్ రమేష్.. ఎలా ఉన్నావురా..? భలే కాల్ చేశావు..? ఎక్కడున్నావు రా" అని అడుగుతూ ఉండగా "మీరు స్టే చేసిన హోటల్ బయటనే" అని జవాబిచ్చాడు. ఈలోపు మా కారు కూడా అక్కడ ఆగింది.

రమేష్ అప్పటికి ఇప్పటికి మారకుండా అలాగే సన్నగా వున్నాడు. బైక్ మీద నిలబడి చూస్తూ నవ్వుతున్నాడు. ఒక్కసారిగా హగ్ చేసుకుని "ఎన్నాళ్లైంది మామా.. బండెక్కు త్వరగా మళ్ళీ వద్దాం" అంటూ ఆప్యాయంగా పలకరించి బైక్ వైపు చూపాడు. వీళ్ళ చెర నుండి బయట పడే అవకాశం వచ్చింది, కాస్త రిలీఫ్ అనుకుంటూ 'జా..జా..జీ..' (జానీ జాకోబ్ జీవన్) లకు చెప్పి బైక్ ఎక్కేసాను. ఆరోజుల్లో మేము తిరిగిన వీధుల్లో ఇప్పుడు మళ్లీ తిరుగుతూ చాలా విషయాలు మాట్లాడుకుంటూ వాళ్ళ ఇంటికి చేరాము.

నాకు తెలిసిన అప్పటి రమేష్ ఒక బ్యాచిలర్. ఇప్పుడు మేము ఆగిన ఇంటి నుండి ఒక

పాప 'నాన్నా..' అంటూ వచ్చింది. 'బంగారు తల్లీ' అంటూ భుజాన ఎత్తుకుని "మన ఇంటికి ఎవరొచ్చారో చూడు" అంటూ ఉంటే ఇంటి గడప దాటి నిండు గర్భిణిగా ఉన్న ఒక అమ్మాయి వచ్చి నిలబడింది. రమేష్, తన భార్య ఇద్దరూ కలిసి లవ్ మ్యారేజ్ చేసుకున్నారు. ఇప్పటికీ పెద్దల మద్దతు ఇంకా పొందలేదు. కాళ్ళు కడుక్కునే సమయంలో అంతా తెలిసిపోయింది. ముందు ఒకమాట చెప్పొచ్చుగా ఒట్టి చేతులతో వచ్చానంటూ ఉంటే "నువ్వు రావడమే గిఫ్ట్ మామా మళ్ళీ ఒట్టి చేతులు లాంటి మాటలొద్దు" అని తుడుచుకోడానికి తువ్వాలు ఇచ్చాడు.

ఇంట్లోకి వెళ్ళగానే రెండు పీటలు, వాటి ఎదురుగా రెండు కంచాలు, ఒక మూడు మూతలు పెట్టిన గిన్నెలున్నాయి. ఏంట్రా ఇదంటే.. "రా మామా తిందాము, రండి అన్నయ్యా" అంటూ ఆలుమగలు ఇద్దరూ ఆప్యాయంగా పిలిచే సరికి వెళ్ళి కూర్చున్నాను.

పళ్ళెంలో పొగలు కక్కే ఇడ్లీలు మూడు, కొబ్బరి చట్నీ, అల్లం చట్నీ, కాసింత మాడుపు కారం వేసి నెయ్యి వెయ్యబోతుంటే నెయ్యి వీడు తినడంటూ రమేష్ చెప్పి కంచం నా ఎదురుగా పెట్టాడు. మరలా చిన్న గిన్నెలో కాస్త సాంబారు కూడా ఉంది. నిన్న జర్నీ దెబ్బ, ఉదయం రూమ్ గోలతో ఆకలికి నకనకలాడి, కాఫీ దెబ్బతో విరక్తి పుట్టి చివరిగా ఆకలి చచ్చిపోయింది. ఇలాంటి సమయంలో ఇలా ఒక స్నేహపు ఆతిథ్యం ఊహించలేదు.

"రేయ్ ఏంట్రా ఇడ్లీలోకి ఇన్ని దేనికి ?" అంటే

"నీకిలా తినడం ఇష్టం కదా మామా" అని రమేష్ అంటుంటే ఆనందంలో ఏం మాట్లాడాలో తెలియలేదు.

ఆ మూడు ఇడ్లీలను విభజించి అన్నింటిలో ముంచి ముంచి తినాలనే ప్రణాళికతో ముందుగా ఆ వేడి వేడి పొగల ఇడ్లీని కొబ్బరి చట్నీలో ముంచి కాస్త కారప్పొడి అద్ది తింటుండగా ఎగ్ దోస ఒకటి కంచంలోకి చేరింది. నేను, రమేష్ టిఫిన్ చేసే ప్రతిసారీ ఇలా రెండు ఇడ్లీ, ఒక ఎగ్ దోస తినేవాళ్ళం. వైజాగులో ఎగ్ దోస అన్ని చోట్లా దొరకదు కూడా. మేమిద్దరం కలిసి అప్పట్లో శంకర మఠం రోడ్డులోని గుంటురోళ్ల చిన్న టిఫిన్ బండి దగ్గర ఇలాగే తినేవాళ్ళం. అదే వీడిప్పుడు రిపీట్ చేసాడు.

ఆకలి చచ్చిపోయాక కొత్త ఆకలి వీరి ప్రేమ రూపంలో పుట్టి కలిగిన సంతృప్తి వల్ల మనసు నిండిపోయింది. మూడు ఇడ్లీ, దోసతో సంతోషంగా కడుపు నిండి "చాలురా" అన్నాను. నేను రమేష్ కూతురితో ఆడుతుంటే ఈ లోపు రమేష్, తన భార్య ఇద్దరూ కూడా తినేసి వచ్చి ఆరుబయట కూర్చున్నారు. రమేష్ అప్పటి మా విషయాలన్నీ తన భార్యకు చెప్తున్నాడు. సమయం త్వరత్వరగా గడిచింది.

"ఇంతకూ నువ్వెందుకు వచ్చావు మామా..? ఏంటీ పని" అన్నాడు.

రమేష్ ఈ మాట అడగడం ఎంత మంచిదయ్యిందో, నాకు కావాల్సిన సమాచారం మొత్తం రమేష్ ద్వారా వచ్చేసింది. అయితే రేపు నేను కలవాల్సిన వ్యక్తితో ఇక నాకు పని లేదు. ఈ తెల్లవారు జామునే నేను బయల్దేరాలి అనుకుంటూ..

"రమేష్ చాలా థాంక్స్ రా, ఇక నేను బయల్దేరుతాను" అంటే

"ఈ రాత్రికి వుండి రేపొద్దున్నే వెళ్ళు మామా' అన్నాడు.

ఒక గది, చిన్న వరండా, ఒకే ఒక మంచం గల ఇరుకైన ఇంట్లో మీ మనసెంత విశాలంగా ఉంది అనుకుని "లేదు రమేష్, నేను ఈ తెల్లవారు జామునే బయల్దేరాలి గనుక ఇప్పుడు వెళ్లడం తప్పనిసరి, మరోసారి ఎప్పుడైనా తీరిగ్గా వస్తాను" అని చెప్పగానే రమేష్ బండి స్టార్ట్ చేశాడు. బండి ఎక్కేముందు ఆ చెల్లి దగ్గరకు వెళ్లి

"ప్రేమతో ఈ అన్న కడుపు నింపిన చెల్లికి త్వరలో ఈ అన్న నుండి కానుక అందుతుంది. నీ ఆరోగ్యం జాగ్రత్తమ్మా" అని చెప్పి బండెక్కాను. బహుశా ఇందుకేనేమో ఈరోజు ఆకలి నాకు బాబాయ్ రూపంలో వేసిన తియ్యని శిక్ష. అసలు మా బాబాయ్, ఈ జాజాజీ లు ఏం తిన్నారో ఏం చేస్తున్నారో మరి అనుకుంటూ హోటల్ దగ్గర రమేష్ కి గుడ్ నైట్ చెప్పి రూములోకి వచ్చాను.

మధ్యాహ్నం మేము తీసుకున్న రూములో ఎవరూ కనపడలేదు. ఏమైందోనని కాల్ చేస్తే పక్కనే ఉన్న ఏసీ రూముకి మారామని చెప్పారు. గది తలుపు తీయగానే నలుగురు నాలుగు దిక్కుల కూర్చుని 'ఆవాహయామీ' అన్నట్లు ఫోన్లలో మునిగిపోయి వున్నారు. నేను వచ్చింది కూడా చూసి చూడనట్టుగా, చూపు తిప్పితేనే ఏదో మిస్ అయ్యేట్లు తీక్షణంగా చూస్తున్నారు. తిన్నారా లేక తన్నుకున్నారా అన్నట్లు వాతావరణం ఏసీ గదిలో కూడా వేడిగా ఉంది.

బ్యాగ్ సర్దుకుంటూ "రేపు ఉదయాన్నే నేను వేరే ఊరు వెళ్తున్నాను" అనగానే అందరూ నేనేదో బూతు అన్నట్లు గుడ్లు మిటకరించి, నాటు నాటుకు ఆస్కార్ వచ్చిన దాని కన్నా షాక్ ఎక్స్ ప్రెషన్ పెట్టి చూశారు. ఇంతలో బాబాయ్ 'అదేంటబ్బాయ్' అంటూ మొదలెట్టగానే ఎదురుగా ఉన్న కటన్ చాటుకెళ్ళి నిలబడి "దయచేసి అంత ఫోర్స్ మా మీద వద్దు బాబాయ్, సరేనా... నిదానంగా... మాట్లాడు" అంటూ దాక్కున్నాను.

"ఉదయాన్నే బీచ్ కి వెళ్దామని మేమంతా అనుకున్నాము. ఉదయం బీచ్ చూసుకుని వెళ్దాం సరేనా" అని చెప్తూ జాకోబ్ జీవన్ వైపు చూశాడు.

"నేను శ్రీకాకుళం వెళ్లాలి, ఉదయాన్నే స్టార్ట్ అవుతాను. మీరు నిదానంగా మీ వర్క్స్ చూసుకుని రండి" అంటుంటే

జీవన్ మధ్యలో "నా వర్క్ కూడా అటే మనం కలిసి వెళ్దాం. జానీ, జాకోబ్ లను కూడా మనం వెళ్ళే దారిలో దించి వెళ్ళడమే" అన్నాడు.

"విడిగా ఎందుకు అందరం అటేగా వెళ్ళేది, మీరొక్కరే వెళ్లడం దేనికి" అంటూ జానీ కూడా అడగడం మొదలు పెట్టాడు.

"మీరు మీ వర్క్స్ చూసుకోండి, నేను బస్సుకెళ్తాను పర్లేదు. పొద్దున్నే బీచ్ చూసుకుని నిదానంగా బయల్దేరండి" అనే మాట పూర్తవ్వక ముందే

"బస్ కన్నా కారులో మీకు టైం సేవ్ అవుతుంది. మేము కూడా ఎలాగూ రావాలి కదా వెళ్ళిపోదాం" అంటూ జీవన్ మొహమాట పెట్టడం మొదలు పెట్టాడు.

నలుగురూ నాలుగు వైపులా జోరీగల్లా తగులుకునే సరికి మొహమాటానికి పోయి సరేనని, మనం ఉదయం నాలుగు గంటల కల్లా స్టార్ట్ అవ్వాలని చెప్పాను. అప్పుడు టైం చూస్తే ఒంటి గంట అయ్యింది. అలారం పెట్టి ఒక కునుకేద్దాం అనుకుని పడుకున్నాను. పేరుకే పడుకున్నా కానీ అసలు నిద్ర పట్టడం లేదు. త్వరగా స్టార్ట్ అవ్వాలని ఒకటే కుతూహలం, ఎలాగైనా వెళ్లిపోవాలనే ఆలోచనలతో నిద్ర దూరమయ్యింది.

అలారం సౌండ్ చెవిలో రైలు కూతలాగా వినిపించి లేచి చూశాను. అందరూ గుర్రు పెడుతున్నారు, జీవన్ మటుకు బాత్రూములో వున్నాడు. అరగంటలో అందరం లేచి హోటల్ వెకేట్ చేసి కారులోకి చేరాము. ఎలాగూ వచ్చాం కదా బీచ్ రోడ్డులో ఒక్క కాఫీ తాగి అటు నుండి వెళ్లాలని ముందుగానే వాళ్ళు వేసుకున్న ప్లాన్ ప్రకారం అంతా చేస్తున్నారని పావు గంట తరువాత నాకు అర్థమయ్యింది. బీచ్ రోడ్డులో కారు ఆపి కాఫీ తాగేసరికి ఓ అరగంట పట్టింది. ఇంకో అరగంటలో సూర్యోదయం చూసి వెళ్దామంటూ సముద్రంలోకి దిగారు. ఎలాగూ ఇక్కడిదాక వచ్చాను అరగంటలో నాకు మునిగి పోయేదేముంది అనుకుంటూ నేను కూడా ఆ అలలతో ఆడుకోవడం మొదలు పెట్టాను. ఆరు కాస్త ఇక్కడే ఏడయ్యింది. ఇంక అలలతో ఆట చాలని హడావిడి చేస్తే బయల్దేరారు.

* * *

సూరీడు బారెడు పొద్దెక్కుతుంటే మేము విజయనగరం చేరాము. అప్పటికే కడుపులో గడబిడ మొదలైన బాబాయ్ "సులభ్ కాంప్లెక్ దగ్గర ఆపండి" అంటూ అంటూనే ఒక అణుబాంబు వదిలాడు. విస్ఫోటనం కారంతా వ్యాపించి దెబ్బకి మా ముక్కులు పగిలిపోయాయి. ఇక అందరం ముక్కులు మూసి, కార్ అద్దాలు తెరిచాము. అయినా మేమంతా కక్కే పరిస్థితి వచ్చింది. హమ్మయ్య! అదిగో అక్కడ సులభ్ కాంప్లెక్స్ ఉంది, అర్జెంటుగా ఆ పక్కన ఆపేయంటూ అందరం అరిచాము.

జీవన్, కార్ ని సడెన్ బ్రేక్ కొట్టి ఆపేసాడు. బాబాయ్ రన్నింగ్ రేస్ స్టార్ట్ చేసి, హిట్లర్

మూవీలో చిరంజీవి గారు చౌక్కా పట్టుకుంటే కబడ్డీ కబడ్డీ అంటూ పరుగెత్తిన సుధాకర్ లాగా అక్కడక్కడే పరిగెత్తుతూ మరో సౌండ్ తక్కువ బాంబ్ వేసి, అదేదో ఘనకార్యం చేసినట్టు మళ్ళీ మా పై జాలితో వెనక్కి చూసాడు. ముందు ఎందుకు చూసాడో అర్థం కాలేదు కానీ నిదానంగా ముక్కులకు గాఢత పెరిగే కొద్దీ తెలుసుకున్నాము. కానీ అప్పటికే అద్దాలు తెరిచి మరీ ఆ బాంబును ఆహ్వానించిన మాకు ఏమి చెయ్యాలో పాలుపోక ఒకరి పై ఒకరం జాలితో మా మొహాలు మేమే చూసుకొని, ఇక మనకు ఒక్కటే దారి అనుకుని 'వన్.. టూ.. త్రీ...' అని ఒక్క ఉదుటున అందరం పేలిపోబోతున్న కారులోంచి ఎలా అయితే హడావిడిగా పారిపోతారో అలా బయటకి దూకి తలో దిక్కుకి పరారయ్యాము.

మళ్ళీ చిన్నగా ఒక చోటికి చేరి కాస్త ఊపిరి పీల్చుకుని పక్కనే ఉన్న టీ స్టాల్లో ఒక టీ తాగుదామని వెళ్ళాము. జీవన్ కారుని పక్కన పెట్టి వస్తానని వెళ్ళాడు. జాకోబ్, జానీ ఏదో మాట్లాడుకుంటూ ఉంటే నేను నాలుగు టీ చెప్పి వచ్చి అక్కడున్న స్టూల్ మీద కూర్చున్నాను.

జానీతో "సగం దూరం వచ్చినట్లేనా?" అంటే

"ఇక్కడ నుండి ఇంకో రెండు గంటలు పట్టొచ్చు" అని నాతో చెప్పి, మళ్ళీ ఇద్దరూ గుసగుసల్లో మునిగారు.

పది నిమిషాలయినా టీ రాలేదు, జీవన్ కూడా రాలేదు, వీళ్ళ గుసగుసలేమో ఆగలేదు. దూరంగా బాబాయ్ కనిపించాడు. ప్యాంటు పైకి లాక్కుంటూ ర్యాంప్ వాక్ మోడల్ లాగా హుషారుగా వస్తున్నాడు.

బాబాయా.. మజాకానా.. రావడం రావడమే "ఎంతసేపిస్తావు రా.. టీ" అంటూ యమధర్మరాజు లాగా ఒక అరుపు అరిచాడు. దెబ్బకు క్షణాల్లో నాలుగు టీ లు వచ్చి మా ముందు వాలాయి. జానీ, జాకోబ్ కూడా గుసగుసలు ఆపేసి మా వైపు తిరిగి కూర్చున్నారు.

"ఇంతకీ పాయిఖానా నుండి బాబాయ్ వచ్చినా, ఈ బాబేడీ" అంటూ జీవన్ కోసం వెతికాడు జాకోబ్. నిజమే పార్కింగ్ చేసి వస్తానన్నోడు ఏమైపోయాడు? ఏదైనా ఫోన్ కాల్ లో మునిగాడేమో అనుకుంటూ నలుగురం టీ కానిచ్చాము.

జీవన్ కోసం ఒక కాల్ కొడితే, పక్కనే షెడ్ దగ్గర కారు ఆపాను రండంటూ కాల్ కట్ చేసాడు. నలుగురం నడుస్తూ ఆ షెడ్ దగ్గరకు వెళ్ళాము. జీవన్ ఫోన్లో మాట్లాడుతుంటే "కారు ఎక్కడ" అని అడిగాను.

కాల్ మాట్లాడుతూ చూపుడు వేలితో ఒక కుప్ప వైపు చూపించాడు. అక్కడ చాలా పార్ట్స్

కుప్పగా వేసి ఉన్నాయి. అదే వేలు ఇంకోవైపు చూపించాడు, అక్కడ కారు డిప్ప లేపి ఉంది. దగ్గర కెళ్ళి చూస్తే కారు ముందు ఇంజన్ సెక్షన్ అంతా ఖాళీగా వుండి అడుగు నేల కనిపిస్తుంది.

"అంటే.. ఆ కుప్ప.. మన కారు పార్టులేనా" అన్నాను. అవునన్నట్లు తలూపాడు

"పావు గంటలో కారు మొత్తం పీకి పాకాన పెట్టడం ఏందిరా..? ఏమైందసలు..? పార్క్ చేస్తా అన్నోడివి పార్టులు మొత్తం పీకించావు? ఆ ఫోన్ పక్కన తగలబెట్టి సమాధానం చెప్పేడువు" అంటూ జానీ, జాకోబ్ లు తల కొట్టుకుంటూ కోపంగా అరిచారు.

"పార్క్ చేసి వస్తుంటే కింద ఆయిల్ కారుతుంది. ఏమైందో చెక్ చేయిద్దామని వచ్చాను. అందుకే ఇలా ఒక్కోటి తీయాల్సి వచ్చింది" అంటూ జీవన్ నసుగుతూ చెప్పాడు.

"అది చాలా మైనర్ రిపేర్. దాన్ని గెలికి గెలికి మొత్తం పార్టులు ఊడదీశారు. ఇప్పుడు ఎలా వెళ్ళడం? దాన్ని సరి చేసే నెపంతో ఇసుక రేణువంత చిన్న రంధ్రాన్ని ఇత్తడి బిందె లాగా మార్చారు" అని జానీ కోపంతో ఊగిపోతూ అన్నాడు.

ఇప్పుడేం చేయాలంటూ మేమంతా జీవన్ వైపు చూసాము, జీవన్ మెకానిక్ వైపు చూసాడు, ఆ మెకానిక్ ఆ ఇనుప రేకుకు తగిలించిన గడియారం వైపు చూసి "మధ్యాహ్నం అవ్వొచ్చు" అన్నాడు.

వెంటనే బాబాయ్ జీవన్ మొహం మీద మొహం పెట్టి "మనం పెట్టుకున్న పని ఏంటీ? నువ్విలా షెడ్ లోకి తెచ్చి మొత్తం కుప్ప చేశావు, వాడేమో మధ్యాహ్నం అంటున్నాడు" అంటూ ఆవేశంతో అరుస్తూ జీవన్ మొహాన్ని ఆ అరుపులతో రెండింతలు ఫోర్స్ తో జొల్లు జలపాతంలో ముంచెత్తాడు.

బాబాయ్ ధాటిని తట్టుకోలేక జీవన్ నాలుగు అడుగులు వెనక్కెళ్ళి "నువ్వాగు బాబాయ్! అసలే రూమ్ లో కూడా లేము స్నానం చేయడానికి, రోడ్డు మీద మొత్తం తడిపేస్తే ఎలా? ఎన్ని సార్లని స్నానం చేస్తాం" అంటూ మొహాన్ని బాటిల్ నీళ్లతో కడుక్కుంటూ చిరాకు పడ్డాడు. మా అందరికీ అంత కోపంలో కూడా నవ్వొచ్చింది. కానీ జీవన్ చేసిన పని కోపం తెప్పించింది.

ఈ మెకానిక్ కి ఊడ దీయడం తప్ప బిగించడం రాదన్న విషయం వీళ్ళ మేస్త్రికి కాల్ చేస్తే గానీ మాకు తెలియలేదు. "ఒక గంటలో మేస్త్రి వస్తాడంట, దొరికితే ఆ పార్ట్ వేయిద్దాం, లేదంటే మళ్ళీ బిగించుకుని వెళ్దాం" అంటూ జీవన్ చెప్పాడు.

అసలు ఈ పూట అవుతుందో లేదోనని జానీ, జాకోబ్ "మాకు ఈ టౌన్ లోనే పని మీరెలాగో చేయించుకోండి, వీడిని నమ్ముకుంటే మా పని కూడా ఆగిపోద్ది, మేము మా పని అయ్యాక కాల్ చేస్తాము" అంటూ ఇద్దరూ వచ్చే వచ్చే ఆటో ఆపి ఎక్కెళ్లిపోయారు.

నేను వెళ్లాలనుకున్న పనేంటీ..? జరిగిందేంటీ..? ఇంత బాధ్యతారాహిత్యంగా, ప్లానింగ్ లేకుండా చేసిన ఈ పిచ్చి పనికి నాలో కోపం పెరిగింది. ఈ పాటికి నేను వెళ్లాల్సిన ఊరికి పోయి, కలవాల్సిన వ్యక్తిని కలిసే వాడిని. ఇప్పుడు ఇక్కడే టైం అంతా అయిపోతుంది. నా మొహమాటం ప్రతిసారీ నన్ను ఇబ్బంది పెడుతూనే వుంది అనుకుని "నేను ఆటో ఎక్కి బస్టాండుకెళ్ళి అటు నుండి బస్ లో వెళ్తాను. మీరు నిదానంగా రండి" అంటూ కారులో నుండి బ్యాగ్ తీసుకుని తగిలించుకున్నాను.

జీవన్ చేసింది చాలా స్టుపిడ్ థింగ్, కానీ వాడికి కూడా కాల్స్ వస్తున్నాయి. వాడు కలవాల్సిన వ్యక్తులు కూడా వాడి కోసం ఎదురు చూస్తున్నారు.

"ఒక్క గంటలో మెకానిక్ వస్తాడన్నా, ఫిట్ చేయించుకుని వెళ్ళిపోదాం. ప్లీజ్ ప్లీజ్" అంటూ జీవన్ బ్రతిమాలాడు.

జీవన్ నాకు హెల్ప్ చేసాడు ఇప్పుడు వీడిని ఇలా ఇబ్బందిలో వదిలి నా స్వార్థం కోసం వెళ్లడం మంచిది కాదేమోనని లోపల అనిపిస్తుంది. "జీవన్, ఇవన్నీ ఫిట్ చేయించాలన్నా గంట పైనే పడుతుంది. ఇప్పటికే నాకున్న టైం చాలా తక్కువ, నేను వెళ్తాను" అని చెప్పాను.

"ఈ ఒక్కసారి చూడండన్నా" అంటూ నా కోపాన్ని కూడా భరిస్తూ తప్పు చేశానన్నట్లు జీవన్ తల వంచుకున్నాడు. మొహమాటం చాలా ప్రమాదం. అది మొత్తంగా నాకించేస్తుంది అనుకుంటుండగా మధ్యలో బాబాయ్ దూరి

"ఒక్క గంటలో రిపేరు అవ్వకుంటే వేరే కార్ పిలిపిస్తాను, ఉండబ్బాయ్" అంటూ నా మీద ప్రేమ కురిపించబోయాడు. వామ్మో ఇది ప్రమాద సంకేతమనుకుని, "నన్ను వదిలేస్తే నేనెళ్తాను బాబాయ్" అంటూ ఉంటే ఇంతలో ఆ మెకానిక్ షాప్ మేస్త్రి వచ్చాడు. అదిగో అతను కూడా వచ్చాడు, ఒక్క నిమిషం ఆగంటూ నా చేతిలో బ్యాగ్ లాక్కుని బాబాయ్, జీవన్ అతని దగ్గరికి వెళ్ళారు.

"ఇంజన్ పైపుకు చిల్లు పడింది. కొత్తది వేస్తే మంచిది, కానీ ఈ మోడల్ వెంటనే దొరకవు. సెకండ్స్ లో ఉన్నాయేమో షాప్స్ లో వెతకాలి. ఏదైనా సరే మధ్యాహ్నం దాకా పట్టొచ్చు" అన్నాడు.

ఫైనల్ గా మేస్త్రి కూడా నిర్ధారించేశాడు, మధ్యాహ్నం దాకా తిప్పలు తప్పవని. అలా చెప్పినా సరిగ్గా మధ్యాహ్నానికి అవుతుందన్న నమ్మకం లేదు. మెకానిక్ ని ఈసారి సూటిగా ఒక ప్రశ్న అడిగాను "ఇది ముందులా ఫిట్ చేయించుకుని తరువాత బాగు చేసుకోవచ్చా" అంటూ..

"ఇప్పుడు మొత్తం ఫిట్ చేయించినా, తప్పనిసరిగా ఆ ఇంజన్ పైపు మార్చితేనే బండి

తీయగలరు. ఈ ఉప్పదీసి చెక్ చేయడంలో ఆ పైపు రంధ్రం పెద్దగా అయ్యింది" అని పైపు చూపిస్తూ చెప్పాడు. ఆయిల్ అలా లీక్ అవుతుంటే కార్ స్టార్ట్ చేయలేము. మరిప్పుడు ఎలా చేయడమని ముగ్గురం ఆలోచనలో పడ్డాము.

"ఈ దగ్గర్లోని షాప్స్ చూస్తాను, దొరికితే సెకండ్స్ లో మార్చుదాం. దొరకకుంటే వెతకక తప్పదు లేదా కొత్తది ఆర్డర్ పెట్టాలి. ఆర్డర్ రావాలంటే ఒకరోజు పడుతుంది" అంటూ నిదానంగా, గౌరవంగా, వినమ్రంగా చెప్పాడు.

నా పని అర్జెంట్, అన్నీ త్వరత్వరగా అయిపోవాలని అనుకుంటే ఎలా అన్నట్లు విధి బ్రో నావైపు ఒక విసురు విసిరాడని అర్థమైంది. అయినా నా ప్రయత్నం నేను చెయ్యాలి కదా అనుకుని బాబాయ్ వైపు ఒక లుక్కేసాను. అప్పటికే బాబాయ్ మెకానిక్ మొహం మీద గుసగుసలు మొదలెట్టాడు. కాసేపు అలానే కొనసాగుతుంటే ఈ మేస్త్రి గుండె గట్టిదిలే, మాములు చర్మమా? ఆయిల్ పూసుకున్న చర్మం అయితే, ఈ తుంపరలకు బెదురుతాడా అనుకున్నాను కానీ బాబాయే గెలిచాడు.

ఆ మెకానిక్ మేస్త్రి "సర్ మీరు మొహం మీద కొచ్చి మాట్లాడకండి, నేను త్వరగా చేస్తానులే" అంటూ మమ్మల్ని దూరంగా వెళ్ళమని ఓ దండం పెట్టాడు.

"ప్రశాంతంగా చెయ్యాల్సిన వాడిని నీ టాలెంట్ తో భయపెట్టావుగా బాబాయ్" అన్నాను.

"నువ్వు ఎలా అనుకున్నా నేనింతే అబ్బాయ్" అని ముసలి ఆర్జీవి లాగా ఫోజు కొడుతూ వచ్చి నిలబడ్డాడు.

జీవన్ మాట్లాడితే ఎగబడి కొట్టే పరిస్థితి. అందుకే బాబాయ్ వచ్చి "బాగా ఆకలేస్తుంది, వెళ్ళి మంచి టిఫిన్ చేద్దాము" అని గొణిగి మావైపు చూశాడు. ఒక వైపు కారు పరిస్థితి అలా ఉంటే అసలు ఆకలెట్టా వేస్తుందనుకుంటూ ఆయనవైపు చూశాము. మా ఎదవ ఎలివేషన్స్ తప్ప బాబాయిలో రెస్పాన్స్ లేదు. యాక్షన్ ఫిల్మ్ లో కామెడీ హీరో గ్రాండ్ ఎంట్రీ లాగా ఉంది బాబాయితో మా పరిస్థితి.

"బాబాయ్ టిఫిన్ గిఫిన్ మీరు చెయ్యండి, నా చావు నే చస్తా, గంట దాటింది ఇప్పటికే" అంటూ నా గోడు మొదలెట్టాను. నా గోడు ఏదో గోడకు చెప్పడమే అన్నట్లు

"ఇదిగో అబ్బాయ్ అరగంటలో కారు ఇక్కడ ఉంటుంది. ఈ పక్కనే మంచి హోటల్ ఉంది. ఈలోపు టిఫిన్ తిందాం" అని ఈ పక్కనే.. పక్కనే..ఇదిగో ఇక్కడే.. ఈ దగ్గర్లోనే ఉండాలే.. అంటూ కిలోమీటర్ నడిపించాడు. ఫైనల్ గా పురావస్తు శాఖ తవ్వకాల్లో బయటపడిన బిల్డింగ్ ఒకదాన్ని చూపించి "హమ్మయ్య ఇదిగో దొరికింది" అంటూ చంకలు గుద్దుకున్నాడు

మేమిద్దరం ఒక్కసారిగా బాబాయ్ వైపు అసహనంగా ఈ పాడుబడ్డ బంగ్లా కోసమా మమ్మల్ని ఇంత దూరం నడిపించావన్నట్లు చూసాము.

"చూసింది చాల్లే గానీ ముందు మీరు రండి బాబూ! ఈ మధ్య బొత్తిగా వీళ్ళు సున్నం కూడా వేయనట్టుంది. అందుకే బయట నుంచి ఏదో ఇలా ఉంది కానీ లోపలికెళ్తే ఇంద్రభవనం కూడా సరిపోదు. మనం మనం ఏదన్నా వుంటే తిన్నాక మాట్లాడుకుందాం" అంటూ ఆకలిని గుర్తు చేసి, బాబాయ్ మా మంటపై నీళ్లు చల్లారు.

లోపలకెళ్లి ఆ వైభోగం చూడగానే ఒక్కసారిగా గవర్నమెంట్ హాస్పిటల్ క్యాంటీన్ గుర్తొచ్చింది. పుచ్చిపోయి పొడి రాలుతూ కూర్చుంటే ఇరిగి పోయేట్టున్న కుర్చీలు, వాటికి ఇనుప సువ్వలు కరెంటు వైరు ముక్కలతో జాయింట్లు, ఎప్పటి నుండో మడ్డి పట్టినట్టున్న టేబుళ్లు, జిడ్డు కారే గ్లాసులు, కస్టమర్లను సాదరంగా ఆహ్వానిస్తున్న పలు జాతుల ఈగలు.

ఇంత అందమైన సుందరమైన ఈ హోటల్ కి యాభై ఏళ్ళ చరిత్ర ఉందని అన్నాడు. "బహుశా అప్పటి నుండి ఈ బల్లాలు మార్చలేదేమో" అంటే 'పెడేల్' మని పగల బడి నవ్విన బాబాయ్ దెబ్బకు టేబులంతా తుడవాల్సి వచ్చింది.

"సరేలేబ్బాయ్..! కుర్చీలు, బల్లాలు తింటామా ఏంటీ? పదార్థాలు రుచిగా ఉంటాయి చూడు" అంటూ ఉండగా ఆ హోటల్లో పనిచేసే ఒక వ్యక్తి మా వైపే వస్తున్నాడు. అతను వేసుకున్న తువ్వాలు చూస్తే గబుక్కున లాక్కొని టైడ్ యాడ్ కి పంపిస్తే బాగుణ్ణు బాగా ఉతుకుతారని అన్పించింది.

ఆ తువ్వాలన్నాయ్ వచ్చి ఏం కావాలని అడిగాడు.

'ఏమున్నాయ్' అంటే.

చాంతాడంత లిస్ట్ చెప్తున్నాడు. ఆయన నోట్లో ఉన్న పళ్ళు కన్నా ఊడినవే ఎక్కువ, అందుకే ఉఫ్.. ఉఫ్.. అంటూ వచ్చే గాలి వల్ల స్పష్టత తగ్గి సరిగా అర్థం కాలేదు. చుట్టుపక్కల వాళ్ళు పూరి, ఇడ్లీనే ఎక్కువగా తింటున్నారు. జీవన్ ఒక సాంబార్ ఇడ్లీ, బాబాయ్ మసాలా దోస, నేను యాభై ఏళ్ల నాటి హోటల్ అంటే పెసరట్టు ఉప్మా అయితే బాగుండొచ్చు అనుకుని మళ్ళీ అది వుందో లేదోనని అనుమానం వచ్చి

"బాబూ పెసరట్టు ఉప్మా ఉందా?.. బాగా చేస్తారా?" అని అడిగితే

"పెసరట్టు మా మాస్టర్ చేసినట్టు చుట్టుపక్కల ఎక్కడా ఉండదు" అని భుజం మీద తువ్వాలు తీసి ఒక్క ఇదిలింపు ఇదిలించాడు. ఆ దెబ్బకు హచ్.. హాచ్.. మంటూ ఒకటిగా మొదలై పది తుమ్ములు తన్నుకుంటూ వచ్చాయి. కరోనా భయం ఇప్పుడు లేదు కాబట్టి సరిపోయింది, లేకుంటే నా తుమ్ములకి జనాలు పారిపోయేవారు. ఆహా..

ఇంకేమి ఆర్డర్ ఖరారు చేసుకోమంటూ అందరం సిగ్నల్ ఇచ్చాము.

"మాస్టర్ ఒక మస్సాలా దోసే, సాంబారిడ్లీ, పెసరుప్మా" అని ఉఫ్ ఉఫ్ మంటూ అరుస్తూ పోయాడు.

మొదట సాంబార్ ఇడ్లీ తెచ్చాడు. టేబుల్ మీద చట్నీ పెట్టాడు. జీవన్ ప్లేట్ లోని సాంబార్ ఇడ్లీ టేస్ట్ చేయమంటే ఒక స్పూన్ తీసుకుని ఒక చిన్న ముక్క ఇడ్లీతో సాంబార్ చప్పరించాను. వేడి నీళ్లలో ఉప్పు, కారం వేసి ఉడికీ ఉడకని కాసిన్ని కూరగాయ ముక్కలు వేసి ఇచ్చినట్లుగా వుంది. ఎలా ఉందంటూ జీవన్ నావైపు చూశాడు. 'ఎంజాయ్' అంటూ తల ఊపి స్పూన్ పక్కన పెట్టాను. ఇడ్లీని ముక్కలు ముక్కలుగా ముంచి తిన్న జీవన్ ముఖ కవళికలు రెండు స్పూన్ల తరువాత మారిపోయాయి.

"బాగుందా అబ్బాయ్" అంటూ ఆత్రంగా బాబాయ్ జీవన్ మొహం లోకి, ప్లేట్ లోకి చూస్తున్నాడు. సాంబార్ ఇడ్లీ ప్లేట్ కి రెండు ఇడ్లీలు వేస్తారు. మొదటి ఇడ్లీకే ముప్పు తిప్పలు పడుతున్న జీవన్ "ఆ రెండో ఇడ్లీని వేరే ప్లేటులో వేసుకుని రండి" అంటూ చెప్పి, రాగానే బాబాయ్ ముందు ఉంచాడు.

"నాకు మసాలా దోస వస్తుందిగా ఎందుకులే అబ్బాయ్" అంటూనే ఇడ్లీ మొత్తాన్ని పిసికి కలిపేసి రెండే రెండుసార్లలో మొత్తం భాండాగారం లోకి పంపి మా వైపు చూసాడు. జీవన్ ఇంకా నంజుతూ ఆఖరి దశకు వచ్చాడు. ఈసారి మసాలా దోసతో ఎదురుగా నిలబడ్డాడు దుమ్ము తువ్వాలన్నాయ్.

"ఇటు పెట్టు.. ఇటు పెట్టు.." అంటూ అతను పెట్టేలోపే తొందరై చేతిలో ప్లేట్ లాక్కొని రెండు గంటెల చట్నీ పోసి జాన జాన ముక్కలు చట్నీలో పులిమి నోటి నిండా తోస్తున్నాడు బాబాయ్.

"ఒక ప్లేట్ పూరి తీసుకుని రండి" అంటూ మెనూలో కొత్త రుచి కోసం జీవన్ ఆర్డర్ ఇచ్చాడు. నా పెసరట్టు ఉప్మా ఏమయిందో ఇంకా జాడ లేదు. ఇదిగో.. అదిగో.. వచ్చేస్తుంది.. అనుకుంటూ ఆ తువ్వాలన్నాయ్ వచ్చిన ప్రతిసారీ అతని చేతిలోని ప్లేట్ వైపు ఆశగా చూస్తున్నాను.

ఎట్టకేలకు రెండు చేతులు ఖాళీ లేకుండా ఒక చేతిలో పూరి, ఇంకో చేతిలో ఉప్మా పెసరట్టు తెచ్చి నా ముందు పెట్టాడు. పూరీలు ఉబ్బి ఊబకాయం వచ్చినట్టు కనిపిస్తున్నాయి. నా పెసరట్టు మాత్రం మాడిపోయి ఎండిపోయుంటే 'ఇది పెసరట్టా' అని సందేహంగా అడిగితే వాడు నాకేదో పెద్ద ఫేవర్ చేసినట్టు 'కాస్త క్రిస్పీ సార్' అని కవర్ చేసి చెప్పాడు.

ఆ మాడిపోయిన, సారీ సారీ క్రిస్పీ పెసరట్టుని కలిపేందుకు చట్నీ తీస్తే సాంబారు లాగా పరుగులు తీస్తుంది. ఇందాక సాంబారేమో నీళ్లలా యేర్లు కట్టి పారుతుంది. అలా

పరుగులు తీసే చట్నీలోనే ఒక ముక్క తుంచి నోటికి అందించాను. అంతా పచ్చి మోసం! ఒరేడి అఘాయిత్యం కూల, పచ్చి వేరు శనగ గుండ్లు, పచ్చి మిర్చి కలిపి మిక్సీ వేసి అందులో కాస్త ఉప్పు వేసి డబ్బా నీళ్ళు పోసి మా మొహాన వేసాడు. ఇదసలు చట్నీనా ? ఒకటే పచ్చి వాసన, కాస్త తాలింపు అయినా కలపొచ్చు కదరా దుర్మార్గుల్లారా అనుకుని నాలుగు ముక్కలు తుంపినా కనిపించని ఉప్మా కోసం వెతకడం మొదలు పెట్టాను. ముక్క తుంచగానే నేను చెప్పింది 'పెసర పచ్చిమిరప' అన్నట్లు చేతి నిండా పచ్చిమిర్చి ముక్కలు వస్తున్నాయి. ఇప్పటికిప్పుడు పేపర్లలో, టీవీల్లో యాడ్ ఇచ్చి వెతికించినా నా ఉప్మా జాడ తెలియదని అర్థమైంది. సరే చూద్దాం లోపల ఏముందోనని అట్టు మొత్తం తీసి పరిస్తే ఓరి దేవుడా! దాడికి దిగిన గ్రీన్ ఆర్మీ లాగా పచ్చి మిర్చి గుంపు కనిపించింది.

అది చూసిన జీవన్ "ఏంటన్నా ఇన్ని మిర్చీ వేయించుకున్నావు, కడుపులో మంట వస్తుంది, మరీ ఇన్నా.." అంటూ నేనేదో కావాలని చెప్పి వేయించుకున్నట్లు, ఆ మిర్చి తనే తిన్నట్లు ఫేస్ పెట్టాడు. కడుపులో మంట మాత్రమే కాదు రేపొద్దున కింద కూడా భగభగలే అని అర్థమై తువ్వాలన్నాయ్ ని ఓ కేక వేసి ఇదేంటని అడిగాను.

"పెసరట్టు" అంటూ నింపాదిగా జవాబిచ్చాడు.

"ఇన్ని మిర్చి ముక్కలా" అంటే కల్లు తేలేసి

"సార్ అందులో ఏముంది, తినలేకపోతే మిర్చి ఏరేసి తినండి" అని జబర్దస్త్ జవాబిచ్చాడు.

"ఎటకారానికి ఏ మాత్రం తక్కువ లేదు కాని నేను చెప్పిందేంటీ? నువ్వు తెచ్చిందేంటీ?" అన్నాను.

"పెసరట్టు అడిగారు, పెసరట్టేగా ఇచ్చాను" అని ఈసారి ఎక్స్ట్రా జబర్దస్త్ సమాధానం ఇచ్చాడు.

"ఉప్మా పెసరట్టు కదా బాబు నేనడిగింది" అంటే.

"దానికి ఎందుకు సర్ ఇంత ల్యాగ్, ప్లేట్ ఇటివ్వండి" అని తీసుకెళ్ళాడు. ఎవడి స్కిట్టు, ఎవడి పెర్ఫార్మెన్స్, ఎవడి ల్యాగు, ఎవడిని అంటున్నాడు.

ఇక్కడింత జరుగుతున్నా సరే బాబాయ్ ఏ మాత్రం చలించకుండా ప్లేటులోని మసాలా దోసకు చట్నీతో అభ్యంగ స్నానం చేయించి మరీ ప్లేట్ మొత్తం నాకేసి నెక్స్ట్ ఏంటీ? అన్నట్లు అప్పుడే తలెత్తి చూసాడు. జీవన్ సాగుతున్న పూరీని కూలీ తీసుకుని నములుతున్నట్లు, ఉడికీ ఉడకని బంగాళ దుంప పెద్ద పెద్ద ముక్కలను నమలలేక నములుతూ సాధన చేస్తున్నాడు. హమ్మయ్య, ఈ పచ్చిమిర్చి పోయి కాస్త వేడి వేడి ఉప్మా పెసరట్టు రాబోతుందని ఒక గుక్క నీళ్లు తాగేలోపే ఎదురుగా ప్లేట్ తెచ్చి పెట్టాడు.

ఆత్రంతో తీసి చూస్తే అట్టు లోపల పచ్చి మిర్చి మొత్తం పారేసి అదే అట్టుని నా ముందుంచాడు. దానికి తోడు "ఇదుగోండి ఉప్మా" అంటూ ఇంకో ప్లేటులో విడిగా ఉప్మా పెట్టి పోయాడు. ఇప్పుడు నాకొకటి అర్థమైంది. ఈ పెసరట్టు ముక్కని తుంచుకుని ఆ ఉప్మాలో నేనే ముంచుకుని తినాలని వాడి ఉద్దేశం. వేరే చట్నీ ఉందా అంటే లేదని, కనీసం కారప్పొడయినా అనేలోపే అది కూడా లేదని చెప్పాడు. నాకు చిర్రెత్తుకొచ్చింది. అప్పటికే ఆకలి నన్ను బలహీన పరిచింది. గొడవ పెట్టుకునే పరిస్థితి కాదు, ఛీ.. ఛీ.. ఏం హోటలో అనుకుంటూ ఉన్నదే తిందామని నోటికి చేర్చాను. ఆ ఉప్మా ఎండిపోయి, ఉంటలు కట్టి దరిద్రాతి దరిద్రంగా ఉంది. ఇంక ఇది తిని చచ్చిపోలేక తినాలనే కోరిక చచ్చిపోయింది.

"ఇంకేదైన తింటావా చెప్పనా" అంటూ జీవన్ అడిగాడు.

"వద్దు జీవన్" అని చెప్పేశాను.

"టీ, కాఫీ.." అంటూ వచ్చాడు తువ్వాలు తోపుగాడు.

"వద్దురా బాబు నీకో దండం" అంటుంటే బాబాయ్ మనసు పూరీ మీద పడింది. సరేనని సింగిల్ పూరీ చెప్పి తన ప్లేట్ లోని ఆ సింగిల్ పూరీ కూడా బాబాయికే వదిలేసి చేతులు కడుక్కోడానికి వెళ్ళాడు జీవన్.

ఆ మాడిన పెసరట్టు, ఎండిన ఉప్మా చూసినప్పుడు అనిపించింది. మా మాస్టర్ చేసినట్లు ఈ చుట్టుపక్కల ఎవరూ చేయరని ముందే చెప్తే నేనే గ్రహించలేదు. ఈ చుట్టుపక్కలే కాదు ఈ జిల్లా మొత్తంలో ఎవరూ ఉప్మా పెసరట్టుని ఇంత దారుణంగా చెయ్యరు అనుకుంటూ చేతులు కడుక్కోడానికి వెళ్ళి వచ్చేసరికి బాబాయ్ ఆ మిగిలిన ఉప్మాలో చట్నీ పోసి గుటకాయ స్వాహా అన్నాడు.

జీవన్ ఈలోపు కౌంటర్ దగ్గర బిల్లు కట్టేసాడు. నేను 'ఇవ్వకు.. ఆగు' అనేలోపే ఇచ్చి మిగులు చిల్లర కూడా తీసుకున్నాడు. చేతిలోని బిల్ తీసుకుని చూశాను. ఉప్మా పెసర ఎనభై (ఉప్మా కి పెసరకు వేరు వేరుగా వేశాడేమో), సాంబార్ ఇడ్లీ నలభై, నలభై అని రెండు సార్లు ఉంది. పూరీకి అరవై, ముప్పై అని వేశారు. మసాలా దోస అరవై అని ఉంది. మొత్తంగా హోటల్ పాతదే అయినా రేట్లు మాత్రం ట్రెండీగా ఉన్నాయి.

"ఒక్క పదార్థం కూడా రుచిగా కానీ క్వాలిటీగా కానీ సరిగా ఉడికి గానీ లేవు. పైగా ఉప్మా పెసర అంటే విడి విడిగా ఇచ్చారు. అందులోనూ మాడిపోయిన పెసరట్టు నిండా పచ్చి మిర్చి వేసి. మరీ పిసినారిగా పచ్చి పల్లీలతో నీళ్ల చెట్నీ, వేడి నీళ్ల లాంటి సాంబారు కనీసం కారప్పొడి కూడా లేదు కానీ రేట్లు మాత్రం ఇంతింత వేశారు, బల్లలు సరిగా శుభ్రంగా కూడా లేవు. సర్వ్ చేసే వాళ్ళకు వచ్చిన కస్టమర్ అంటే గౌరవం లేదు.

మీరేమైన ఉచితంగా పెడుతున్నారా..? ఇచ్చే డబ్బులకు కనీస నాణ్యత ఉండాలి కదా, ఇంత చెత్త తిండి పెట్టి డబ్బులు గుంజుకుంటున్నారు మనస్సాక్షి అంటూ ఉందా లేదా" అని అరుస్తున్నా వచ్చే వాళ్ళ దగ్గర డబ్బులు గల్లా పెట్టెలో వేసుకుంటున్నాడే తప్ప మరొక భావన అతని (హోటల్ యజమాని) మొహంలో లేదు.

ఎప్పుడో వాళ్ళ తాతలు, నాన్నల హయాంలో ఉన్న పేరును అడ్డం పెట్టుకుని బ్రతికేస్తున్న కేటుగాడు వీడు అనిపించింది. చాలా చోట్ల ఇలాంటి హోటళ్లలో రుచి అమోఘంగా ఉంటుంది. నాకు ఎంతో ఆప్యాయత పంచిన ఆనందభవన్, బాలాజీ విలాస్, శంకర్ విలాస్ లాంటి హోటళ్లు హత్తుకున్న రుచులు గుర్తొచ్చాయి. ఇక్కడ ఇంత జరిగినా బాబాయ్ మటుకు అక్కడున్నవి మొత్తం క్లీన్ స్వీప్ చేసి బయట వైపు నిల్చున్న మా దగ్గరకు వచ్చి బ్రేవ్ మని త్రేపాడు. త్రేపింది గాక "బాగున్నాయి కదా" అన్నాడు.

"అవును బాబాయ్ ఏలియన్స్ తినే తిండి ఇంకెక్కడా దొరకదు" అంటుంటే "ఆ కారు ఎక్కడుంది లోపల కూర్చోబెట్టి గంట చేశావు" అని జీవన్ కూడా బాబాయ్ పై చిర్రెత్తాడు.

* * *

అక్కడ కాసేపు, ఇక్కడ కాసేపు ఉదయం కాస్త దగ్గర దగ్గర మధ్యాహ్నమైంది. బాబాయి తన ఫోన్ తీసి కార్ ఎక్కడ దాకా వచ్చిందంటూ వాకబు చేస్తున్నాడు. "అవునా.. అలా అయ్యిందా.. అర్జంట్ వర్క్.. త్వరగా వెళ్ళాలి.. కార్ కోసమే వెయిటింగ్.." అంటూ ప్రొఫెషనల్ బిజినెస్ మ్యాన్ లా బిల్డప్ ఇస్తున్నాడు. ఈలోపు జీవన్ ఫోన్ రింగ్ అయ్యింది.

"ఇక్కడే వున్నానండి, కార్ కాస్త ట్రబుల్ ఇచ్చింది, మధ్యాహ్నం కల్లా వచ్చేస్తాను. ఈరోజు మీ వర్క్ ఎలాగైనా కంప్లీట్ చేసేస్తాను. కంగారు పడకండి, నన్ను నమ్మండి" అంటూ అవతల వారికి ధైర్యం చెప్తున్నాడు.

ఈలోపు నా ఫోన్ కూడా రింగ్ అయ్యింది. హడావిడిలో ఈ ట్విస్టుల గోలలో పడి అసలు మా ఇంటావిడను మరిచాను. అప్పుడప్పుడు అరకొర మాటలే తప్ప సరిగా మాట్లాడిందే లేదు. ఎప్పుడైతే చెత్త తిండి తింటానో అప్పుడే ఏదో పిలిచినట్టు చేసిద్ది. ఫోన్ కాల్ ఎత్తి 'హలో' అన్నాను. అవతల నుండి సమాధానం లేదు, మళ్ళీ హలో అన్నాను అయినా ఏ సమాధానం లేదు. అప్పుడర్థమైంది నేనేదో ఆవిడకు కాలే పని చేశాను, తను అలిగిందని.

"మాట్లాడు బంగారం, కాల్ చేసి కామ్ గా ఉంటే ఎలా" అంటూ దీర్ఘం తీశాను.

ఇవతల మన పరిస్థితి ఎలా వున్నా కొన్ని సందర్భాల్లో వాళ్ళను పట్టించుకోవాలి లేదంటే

పెను ప్రమాదాన్ని బొట్టెట్టి పిలిచినట్టే.. నా దీర్ఘానికి అవతల నుండి రెస్పాన్స్ వచ్చింది.

"నీకసలు పెళ్ళాం గుర్తే రాదా..? ఎన్ని మెసేజ్ లు పెట్టాను, పొద్దుటి నుండి ఒక్కదానికి రిప్లై లేదు. వెళ్ళిన పని అయ్యిందా..? బయల్దేరుతున్నావా..? ఎప్పుడొస్తున్నావ్?" అంటూ ఒక్కసారిగా డ్యాం గేట్లు ఎత్తితే దూకిన నీళ్ళ లాగా ప్రశ్నలు సంధించింది.

"కాస్త సందివ్వవే చెప్తాను" అంటూ ఇంటర్వ్యూ మధ్యలో యాంకర్ ని రిక్వెస్ట్ చేసినట్లుగా చేసి ఏం మెసేజ్ లు పెట్టిందా అని వాట్సాప్ ఓపెన్ చేశాను. రెండే రెండు మెసేజ్ లు ఒక ఇమేజ్, రెండోది తిన్నావా అని ఉంది. కాకుంటే రెండు మెసేజ్ ల మధ్య గంటన్నర గ్యాప్ ఉంది. ఆ గ్యాప్ చాలు వీళ్ళ క్వశ్చన్ అవర్ కండక్ట్ చేసేందుకు. మెసేజ్ చూడనందుకు క్షమాపణలతో ఇక్కడ నా పరిస్థితి ఎలా వుందో నిమిషంలో ఒక ప్రోమో వేసాను. నా బాధకు అయ్యో అనడం మానేసి పగలబడి నవ్వడం మొదలుపెట్టింది.

"ఓసిని! నా తిప్పలు నీకంత నవ్వులాటగా ఉందా" అంటే

"మొగుడు గారు మొదట నేను పంపిన ఇమేజ్ చూడండి మీరు కూడా నవ్వుతారు. సరేలే కానీ జాగ్రత్త, కాస్త మెసేజ్ లు చూస్తూ వుండండి, ఈ రాత్రికి బయల్దేరండి, ఈలోపే మీ పనులన్నీ పూర్తి చేసుకోండి" అని నా అభిప్రాయంతో సంబంధం లేకుండా పెళ్ళాం పెత్తనం అనే ఆర్డర్ జారీ చేసింది.

మూడు నిమిషాల నా ఫోన్ కాల్ అయిపోయినా వీళ్ళిద్దరూ ఇంకా ఫోనుకి చెవిని అతికిచ్చే వున్నారు. ఈ కారు సంగతి ఏమైంది బాబోయ్..! అనుకుంటూ బాబాయ్ కి సైగ చేశాను. ఇదిగో వచ్చేస్తుందంటూ రిటర్న్ సైగ ఒకటిచ్చి "అలాగే అక్కడే ఉంటాము, మీరొచ్చేయండి" అంటూ బిల్డప్పులకు బ్రేక్ ఇచ్చి కాల్ కట్ చేసి కాల్ సారాంశం చెప్పడం మొదలెట్టాడు.

బాబాయ్ ఎవరి కారయితే అడిగాడో ఆయన కారు వేరే పనిలో ఉండటం వల్ల ఆలస్యం అవుతుందని ట్రావెల్స్ కి చెప్పారట. అతను మన మెకానిక్ షెడ్ దగ్గర అరగంటలో ఉంటాడని చెప్పాడు.

"ఇప్పుడు మళ్ళీ అరగంటనా..? మళ్ళీ నడుచుకుంటూ షెడ్ దాకానా..?" అని అంటే

"రెండడుగులు వేస్తే కడుపు కాస్త ఖాళీ అవుతుంది" అంటూ నడక మొదలెట్టాడు. మేము ఏమి తిని దొబ్బించుకున్నాము గనక అరగడానికి అనుకుని కాళ్ళను ఈడుస్తూ నేను, అదే ఫోన్ కాల్ లో ఊ.. కొడుతూ జీవన్ షెడ్ వైపు నడక మొదలెట్టాము. ఈసారి బాబాయ్ యమా హుషారుగా నడుస్తున్నాడు. నడవక ఏం చేస్తాడు లోపల భాండాగారం అంతా నింపాదిగా నింపాడుగా. అసలిప్పటికీ నాకర్థం కాలేదు ఇంత చెత్తగా ఉంటే బాబాయ్ ఎలా తిన్నాడోనని. సరేలే ఈలోపు ఇందాక మా ఆవిడ పంపిన

ఆ ఇమేజ్ ఏంటో చూద్దామని ఫోన్ లాక్ తీసాను.

హమ్మ.. ఉప్మా పెసరట్టు పిక్కు దానికి తోడు కొబ్బరి చట్నీ, కొబ్బరి కారం, టొమాటో పచ్చడి, ఒకవైపు కాసింత సాంబారు గిన్నెలో. అదన్నమాట సంగతి, ఇప్పుడు అర్థమయ్యింది నా ఉప్మా పెసరట్టు గురించి చెప్పగానే ఎందుకు నవ్విందో. ఏ మాట కామాట చెప్పాలి ఉప్మా పెసరట్టు తను చేసినట్టు ఇంకెవరూ చేయలేరు.

చాలా సుకుమారంగా సన్నగా తరిగిన కూరగాయలు. తరగడం అంటే ఏదో తరిగేయడం కాదు, వాటిని ఓ కళాత్మకంగా తరగాలి అప్పుడే రుచి మరింత పెరుగుతుంది. ఉల్లిపాయలు, పచ్చిమిర్చి, అల్లం, కొత్తిమీరలను స్విమ్ సూటులోని హీరోయిన్ లాగా నాజూకుగా తరుగుతుంది. క్యారెట్ అందంగా తురుముతుంది. అప్పుడు బాండీ పెట్టి కాస్త నూనె వేసి, ఒక స్పూను జీలకర్ర వేసి, దోరగా వేగాక కరివేపాకు రెబ్బలు వేసి చిటపట లాడించి, తరిగిన ఉల్లిపాయలు మూడొంతులు వేసి, బంగారు ఛాయ వచ్చాక సన్నగా తరిగిన పచ్చిమిర్చి అల్లం వేసి, అరనిమిషం గరిటతో డాన్స్ చేయించి చల్లారేందుకు నీళ్ళు పోసి, ఆ నీరు మరుగుతుండగా ఉప్మా రవ్వ కొంచెం కొంచెంగా కలిపి అది ఎగసి దూకేలా చేస్తుంది. రవ్వ ఉడికి ఉడకగానే క్యారెట్, కొత్తిమీర తురుములు వేసి గరిటెతో కలిపేస్తుంది. అప్పుడు ఉప్మాకి ఫైనల్ టచ్ ఏంటంటే విడిగా ఒక స్పూను నేతిలో వేయించిన పల్లీలు, జీడిపప్పు వేస్తుంది. ఉప్మా మన చిన్ననాటి ఫంక్షన్స్ లో లాగా గట్టిగా ఉండకుండా, మృదువుగా గంటెతో పైకెత్తితే ఒంపుల నదిలా జారిపోతూ ఉంటుంది.

మిక్సీలో గరగరలాడించిన పెసర పిండిని పెనం మీద పోసి గరిటెతో ఆర్టిస్టిక్ గా గుండ్రంగా తిప్పి దానికి కాసింత నూనె తగిలించి లైట్ బ్రౌన్ కలర్ వచ్చాక ఇప్పుడు జాలువారే కలర్ఫుల్ ఉప్మాని అట్టుపై వేసి అందంగా అలికి క్లాసికల్ గా మడత పెట్టి మిగిల్చిన తరుగులు, పల్లీ చట్నీ, టమోటా చట్నీ, కారప్పొడులతో అప్పుడప్పుడు సాంబార్ తో అలా ప్లేట్ లో ఎదురుగా పెడితే అరక్షణం ఆలస్యం చేయకుండా తినేస్తాను. అలా ముక్క చేసి ముంచి తింటే ఉంటుందీ... ఆహా.. హ్మ్మ.. హ్మ్మ. అనే ఒక శబ్దం తప్ప మరేమీ రాదు. ఉప్మా పెసరను ఇంత కళాత్మకంగా చేస్తుంది తను. అందుకే తను చేసిన ఉప్మా పెసరే ఆల్ టైం బెస్ట్ నాకు.

ఈ హోటల్ లో ఎండిపోయిన ఉప్మా , మాడి పోయిన పెసరట్టు విడి విడిగా ఇచ్చి ఎనభై రూపాయలు దొబ్బారు. ఉప్మా పెసరట్టు పేరును వాడుకోవడం తప్ప రుచిని ఏమాత్రం ఇవ్వలేదు. ఈ పిక్ చూశాక అనిపించింది ఎలాగైనా త్వరగా వెళ్ళి తన చేతి పెసరుప్మా తినాలని.

అలా మెమోరీస్ తో షెడ్ దాకా వచ్చాను. షెడ్ దగ్గర చూస్తే ఎవరూ లేరు. ఆ ట్రావెల్స్

అతను బాబాయ్ కి కాల్ చేశాడు. మేమున్న చోటు ఒకటైతే అతను వెళ్లిన చోటు ఇంకొకటని అప్పుడే తెలిసింది. ఈ బాబాయ్ ఒక్క పని తిన్నగా చెయ్యడు తినడం తప్ప అనుకుంటూ ఆ ఫోన్ లాక్కుని అడ్రస్ చెప్పాను. అతను మాకు పది కిలోమీటర్ల అవతల వున్నాడు. ఒక పావు గంటలో వస్తానన్నాడు, అప్పటికే పన్నెండు దాటిపోయింది. సరే రండంటూ ఆ షెడ్డులో కూర్చున్నాం.

కారు పార్టులు ఏమి కనిపించడం లేదు. డిక్కీ మూసేసి ఉంది. షెడ్ లో కూడా ఎవరూ లేరు, ఎక్కడికి వెళ్లారో అనుకుంటూ ఉంటే ఆ కుర్రాడు వచ్చాడు. మేస్త్రి పది నిమిషాల్లో వస్తాడంటూ మేమేం మాట్లాడే అవకాశం ఇవ్వకుండా వెళ్ళిపోయి వీడికొచ్చిన ఏకైక పని పార్టులు పీకడమే గనుక ఇంకో కారుని పీకే పనిలో పడ్డాడు. హా వీడిని అడిగినా ఏముంది మేస్త్రి రావాలి రావాలి అంటూ చెప్పడం తప్ప అని అనుకుని ముగ్గురం కూర్చున్నాం.

మెకానిక్ ముఖంలో వెలుగులు చూపిస్తూ బైక్ రయ్యిన తెచ్చి మా ముందు ఆపాడు. "సర్ మీ కార్ రెడీ" అంటూ మేము ఊహించని శుభవార్త చెప్పాడు. సంబరంతో బాబాయ్ నోరు తెరిచే లోపే "మీరు కాస్త దూరం" అంటూ జీవన్ చేతికి కీస్ ఇచ్చి పారిపోయాడు. మేము నిజంగానే రెడీ అయ్యిందా..! అనే షాక్ లోనే ఉన్నాము. కార్ స్టార్ట్ చేసి ఒక ట్రయల్ వేస్తే కానీ నమ్మకం కుదరలేదు. మెకానిక్ కి చాలా చాలా థాంక్స్ లు చెప్తూ ఎంతయ్యిందని అడిగితే పదిహేను వందలన్నాడు. మళ్ళీ అడిగాము. మళ్ళీ అదే సమాధానం పదిహేను వందలని.. మాకు ఆఫర్ మీద ఆఫర్ లాగా ఏంటిది అనుకున్నాము. పది వేలవుతుంది అనుకున్న పని పదిహేను వందల్లో అవ్వడం, కారు త్వరగా రెడీ అవ్వడం మొత్తం ఏదో మిరాకిల్ లాగా అనిపించింది.

"మీరు అటు వెళ్ళగానే సర్ వచ్చారు, ఆయనే దగ్గరుండి మొత్తం చేయించారు. ఆ పార్టు కూడా వారే తెప్పించారు. అందుకే ఇంత త్వరగా సాధ్యమయ్యింది. ఇప్పుడే ఆ సార్, నేను టీ తాగి అటు సర్ వెళ్ళారు, ఇటు నేను వచ్చాను" అంటూ మా సస్పెన్స్ కి సగం తెరదించాడు.

"అసలెవరా సర్ ?" అంటూ జీవన్ నేను మొహాలు చూసుకున్నాం. అప్పుడు మెకానిక్ "ఉదయం ఆ పెద్దాయన ఫోన్లో మాట్లాడారు కదా ఆయనేనేమో" అన్నాడు. అయితే ఇదంతా మన బాబాయ్ పుణ్యమా అనుకుని "బాబాయ్ థాంక్యూ" అంటూ ధైర్యం చేసి హగ్ చేసుకున్నాను. మిమ్మల్ని ఏదేదో అనేసానంటూ జీవన్ కూడా సారీ చెప్పాడు.

"ఓయబ్బో.. ఈ డబుల్ రోల్ ఏంటీ కొత్తగా త్వరగా బండి తీసి ఛలో అందాము" అంటూ బాబాయ్ హుషారు తెప్పించాడు.

ఈలోపు ఒక తెల్ల ట్రావెల్స్ కారు వచ్చి ఆగింది. కారులో నుండి ఒకతను దిగి ఫోన్

నొక్కుతుంటే ఇక్కడ బాబాయ్ ఫోన్ రింగ్ అవుతుంది. అసలు ఈ ఆనందంలో పడి ట్రావెల్స్ డ్రైవర్ గురించి మర్చిపోయాము. ఇప్పుడెలాగబ్బా.. ఇది ఎలాగైనా మీరే క్లియర్ చెయ్యాలని బాబాయ్ వైపే లుక్కేసాము. బాబాయ్ కూడా అరరే అని నాలుక కరుచుకుని "భలే జరిగిందబ్బాయ్, మీరేం మాట్లాడొద్దు నేను మేనేజ్ చేస్తా" అని కదిలాడు.

ఆ డ్రైవర్ దగ్గరకెళ్ళి నిలబడి "అయ్యో ఇటు రమ్మంటే అటు వెళ్ళావా..! మేము పొద్దుటి నుండి ఇక్కడే కారు కోసం చూస్తున్నాం. మీరు వచ్చేసరికి మధ్యాహ్నం అయిపోయిందే, ఈలోపు మా కారు కూడా రెడీ అయ్యింది" అంటూ అవతల వ్యక్తికి అవకాశం ఇవ్వకుండా లొడ లొడా మాట్లాడుతూనే వున్నాడు.

"నాకు ముందే చెప్పాలి కదండీ, ఇందాక కాల్ చేసినప్పుడు కూడా చెప్పకుండా, నన్ను అటు ఇటు అంటూ ఇరవై కిలోమీటర్లు తిప్పారు" అని అతను కూడా చెప్తుంటే.. మా బాబాయ్ అతని మాట పూర్తిగా వినకుండానే "అయ్యో.. అలా అయ్యిందా నాకేం తెలుసు ఇంత లేటుగా వస్తావని, ఏమనుకోకు బాబు" అంటూ అతన్ని పట్టుకుని మరీ బ్రతిమాలుతున్నాడు. పాపం వచ్చాడు కదా ఏదైనా కాస్త ఇచ్చి పంపుదామని నేను వెళ్తుంటే రావొద్దని సైగ చేస్తున్నాడు మా జలపాతం బాబాయ్.

వచ్చినతను కూడా మొహమాటం గల వాడిలా వున్నాడు. బాబాయ్ దెబ్బకు మొహం వెలాడేసి డ్రైవర్ సీట్లో కూర్చున్నాడు. అయినా బాబాయ్ మాత్రం అస్సలు తగ్గకుండా డోరులోంచి తొంగబడి "ఇలా అనుకోలేదయ్యా.. ఏమనుకోకే.. సారీబాబు.." అంటూ చిరు జల్లులతో మొదలెట్టి జడివానగా మారే అస్త్రాన్ని ప్రయోగించాడు. పాపం ఆ డ్రైవర్ మాకోసం వచ్చాడు. బాబాయ్ చేతిలో చిక్కి, చిత్తైపోతున్నాడు.

బాబాయ్ మటుకు వెళ్ళనీయకుండా 'ఏమనుకోకు.. ఏమనుకోకు..' అంటూ బాగా ఫీలవుతూ బ్రతిమిలాడుతున్నాడు. అతను కూడా ఈయన మాటలకి మొహమాట పడి జొల్లు తుడుచుకుంటూ 'పర్లేదులెండి' అంటూ కార్ తీద్దామంటే వదలడే ఈ బాబాయ్. ఇంక మా కోసం వచ్చి ఈ ముంపులో ఇరుక్కున్న డ్రైవర్ ని కాపాడేందుకు నేను వెళ్ళక తప్పలేదు. అలాగే వదిలేస్తే బాబాయ్ కారు లోపలికి ఎక్కి అతనితో కూడా వెళ్లి మరీ బ్రతిమిలాడేలాగా వున్నాడు.

బాబాయిని పక్కకు లాగి "సారీ అండి, మేము పొద్దున చెప్పాము, ఏదో మిస్ కమ్యూనికేషన్ వల్ల మీరు రావడం కూడా లేట్ అయ్యింది. ఈలోపు మా కార్ బాగయింది" అని కార్ వైపు చూపిస్తూ అతనికి చెప్పాను.

అయ్యయ్యో ఒక్క చోట కూడా పొడిలేదు. తల నుండి చొక్కా దాకా మొత్తం తడిచిపోయిన అతన్ని చూస్తే జాలేసింది.

"ఉండు బాబాయ్ నువ్వు.., ఇలా అయితే నీ ఆరోగ్యం ఏమైపోను? అసలే ఈ ఎండలకి నీకు డీహైడ్రేషన్ అవుతుంది, అక్కడ జీవన్ నీకోసం జ్యూస్ తెచ్చాడు ముందు వెళ్లి తాగుపో.." అంటూ బాబాయ్ ని పక్కకు లాగగానే నావైపు కృతజ్ఞతగా ఒక చూపు చూసి, ఇదిగో ఆయిల్ కి ఒక ఐదొందలు ఉంచండి అంటున్నా సరే వినిపించుకోకుండా బెంబేలెత్తి గ్యాప్ వచ్చిందే మహాభాగ్యమని వాయువేగంతో వెళ్లిపోయాడు.

"ఏంటి బాబాయ్ ఇలా చేశావు" అంటే

"నేనేం చేసాను కాస్త రిక్వెస్ట్ చేసాను అంతేగా" అంటూ కారెక్కి కూర్చున్నాడు. "అరరే నేనసలు మర్చేపోయానే! అబ్బాయ్ అదేదో జ్యూస్ అన్నావే ఏది?" అని బాబాయ్ అనేసరికి మాకు నవ్వు ఆగలేదు.

* * *

క్షణం క్రితం దాకా మామూలుగా అనిపించిన మా డొక్కు కారు, ఇప్పుడు చాలా గొప్పగా అనిపిస్తుంది. ఒకవేళ ఇలాగే రిపేర్ చేయించకుండా ఆయిల్ కారుతూ ఉంటే మా ప్రాణానికే ప్రమాదం అయ్యేదేమో! కాస్త ఆలస్యం అయితే ఎలాగోలా చేరొచ్చు, అదే ప్రాణం పోతే చేరాలనుకున్న గమ్యం ఎప్పటికీ చేరలేము. అప్పుడు షెడ్ లో పెట్టాడని కోపమొచ్చినా, ముందస్తు ప్రమాదం తప్పిందని మా మొహాల్లో నవ్వులు పూసాయి. ఈ ఊపులో సాయంత్రం కల్లా పని ముగించుకుని తిరుగు ప్రయాణం అవ్వొచ్చు. కారు స్టార్టయ్యి ముందుకు సాగేకొద్దీ మేఘాల్లో తేలుతున్న ఫీలింగ్ కలుగుతుంది. ఇంతలో జీవన్ ఫోన్ రింగ్ అయి నన్ను భూమ్మీదకు తెచ్చింది.

డ్రైవ్ చేస్తూ కార్ బ్లూటూత్ స్పీకర్ ఆన్ చేశాడు.

"సర్, ఎక్కడ దాకా వచ్చారు. స్టార్ట్ అయ్యారా? మేమంతా మీకోసమే ఎదురు చూస్తున్నాం" అంటూ గొంతులో ఒకలాంటి వణుకుతో అడుగుతున్నాడు.

"వస్తున్నామండి, మాకు శ్రీకాకుళంలో కొంచెం పని ఉంది, అది చూసుకుని వస్తాము" అని జీవన్ అనేసరికి "అయ్యో సర్ శ్రీకాకుళం వెళ్తే మళ్ళీ మీరు రిటర్న్ రావాలి, మా ఊరు మీరు వెళ్ళే దారిలోనే ఉంటుంది. మాకు ఇక్కడ అంతా కంగారుగా ఉంది. ముందుగా ఇటు వచ్చి వెళ్ళండి సర్" అంటూ రిక్వెస్ట్ చేస్తున్నాడు.

"నేను ఐదు నిమిషాల్లో కాల్ చేస్తాను" అంటూ జీవన్ కాల్ కట్ చేశాడు.

ఆ సంభాషణ విన్న నాక్కూడా అవతల వ్యక్తి గొంతులోని భయం, బాధ తెలుస్తోంది. ఏదో పెద్ద సమస్యలో ఉన్నట్లుగా అయోమయంగా మాట్లాడుతున్నారు. జీవన్ తప్పక వెళ్లాల్సిన పనేమోనని కూడా అనిపిస్తుంది. ఈలోపు ముందు సీటులోని బాబాయ్, డ్రైవ్ చేస్తున్న జీవన్ మూగ సైగలు చేసుకుంటున్నారు. ఏదో వుంది కానీ ఏంటన్నది అప్పుడు

సరిగా అర్థం కాలేదు. జీవన్ నసుగుతూ ఏదో చెప్తున్నాడు. ఇంతలో నేనే "ఏంటి జీవన్" అన్నాను.

"అన్నా.. నా పని గట్టిగా ఒక గంట ఉంటుంది, ఫీజు వస్తుంది. ఖర్చులకు ఉపయోగ పడుతుంది. మనం వెళ్ళే దారిలోనే కదా.., లేదంటే మిమ్మల్ని దింపి నేను మళ్ళీ వెనక్కి ముప్పై కిలోమీటర్లు వచ్చి పని చూసుకోవాలి. ఒక్కసారి ఆలోచించి చూడండి ప్లీజ్!" అని అన్నాడు.

ఇంతలో బాబాయ్ వెనక్కి తిరిగి ఆవేశంగా నాకు మళ్ళీ వివరంగా చెప్పబోతే "వద్దు బాబాయ్! దయచేసి మీరేం చెప్పొద్దు" అని ఆపాను. అయినా సరే "అదేందబ్బాయ్.. అలా భయపడుతావ్" అంటూ గట్టిగా ఓ నవ్వు నవ్వాడు. క్షణ కాలం కూడా ఆలస్యం చేయకుండా జెట్ స్పీడ్ రేంజ్ లో వస్తున్న తుంపరలను నా పక్కనే ఉన్న బ్యాగ్ అడ్డంబెట్టి పెను ప్రమాదం నుంచి తప్పించుకున్నాను.

జీవన్ జాలిగా అడిగేసరికి కాదని ఎలా చెప్పాలో తెలియలేదు. ఆ కాల్ నేను కూడా విన్నాను. వెళ్తే ఆ పని వల్ల తనకేదో కొంచెం డబ్బులు వస్తాయి. నన్నొదిలి మళ్ళీ వెనక్కి వచ్చి పని చూసుకుని రావడమంటే అరవై కిలోమీటర్లు పెరుగుతుంది. ఒక గంటే అంటున్నాడు కదా! అయినా ఈ ప్రయాణంలో నేను ప్రయాణాన్ని నిర్ణయించిన దానికన్నా ఆ ప్రయాణమే నన్ను నిర్ణయిస్తున్న దాఖలాలే ఎక్కువ. ఎందుకో తెలీదు, నా అవివేకమో లేక అమాయకత్వమో కానీ ఈసారి కూడా ప్రతీసారి లాగానే కాదనలేక పోతున్నాను. ఇంత జరిగింది, గంటలో మునిగిపోయేదేముంది..! గంట కాదు ఇంకో అరగంట అయినా పర్లేదులే అనుకున్నాను.

"సరే జీవన్, నీ పని చూసుకుని వెళ్దాం కానీ ఎట్టి పరిస్థితుల్లో మనం సాయంత్రం కల్లా పనులన్నీ పూర్తి చేసుకుని రిటర్న్ అవ్వాలి" అనేసరికి "గంట పనే అన్నా" అంటూ ఆనందంలో కార్ వేగం పెంచాడు. అదే వేగంతో వాళ్ళకు కాల్ చేసి ముందు మీ దగ్గరకే వస్తున్నానని చెప్పాడు. అలా వేగంగా కదులుతున్న కారు, వినిపిస్తున్న పాటలకు నిదానంగా నిద్రలోకి జారుకున్నాను.

* * *

3

అయ్య బాబోయ్..!

పాటలు వినిపిస్తున్నాయి, కార్ కదులుతూ ఉంటే మెల్లగా కళ్ళు తెరిచి చూశాను. భలే నిద్ర పట్టేసిందే..! అనుకున్నాను. చుట్టూ ఉన్న పచ్చని పొలాలను పలకరిస్తూ కారు వెళ్తుంది. కనుచూపు మేరలో ఏ ఒక్క వాహనం కానీ, మనిషి కానీ కనిపించడం లేదు.

"ఎక్కడ దాకా వచ్చాము జీవన్? ఏదో నిర్మానుష్య ప్రాంతంలో ఉన్నట్లున్నామే" అన్నాను.

"అవునన్నా, మనం మెయిన్ రోడ్ దాటి కాస్త లోపలికెళ్ళాలి. ఇప్పుడు ఆ రోడ్డులోనే ఉన్నాము" అన్నాడు. టైం చూస్తే రెండయ్యింది.

"వామ్మో ఏంటీ చాలా లేట్ అయినట్లుంది" అన్నాను.

"అదీ... అన్నా... మధ్యలో కాస్త మ్యాప్ తికమక వల్ల రూట్ మారి, ఒక ఇరవై కిలోమీటర్లు రాంగ్ రూటులో వెళ్ళాము" అని చెప్పాడు.

"ఇప్పటికైనా వచ్చామా లేక ఇంకా టైం పడుతుందా" అంటే.

"ఇదిగో ఇంకో పది కిలోమీటర్లు" అని చేలల్లో చెరువుల్లో వీలైతే గాల్లో సైతం దారులు చూపే గూగుల్ మ్యాప్స్ ఫాలో అవుతున్నాడు.

కడుపులో ఆకలి అరుపులు మొదలయ్యాయి. ఈలోపు జీవన్ కి అటు నుండి కాల్ వచ్చింది. అవతలి నుంచి రూట్ మ్యాప్ చెప్తూ "ఐదు కిలోమీటర్లు తరువాత స్కూల్ వస్తుంది, అక్కడ ఆగండి నేనొస్తున్నాను. ఇంతకీ మీరెంత మంది వస్తున్నారు, భోజనం ఏర్పాట్లు చేయమా" అని అన్నాడు.

"నాతో పాటు మా అన్నయ్య, బాబాయ్ వున్నారు. నేను తినను, వారికి మాత్రం ఏర్పాటు చేయండి" అని జీవన్ అనగానే బాబాయ్ మొహం ఒక వెలుగు వెలిగి ఆనందంతో చాటంతయ్యింది.

వీళ్ళెవరో కాస్త సభ్యత గల వారిలాగా వున్నారు. బాగా ఆకలి వేస్తుంది కదా అసలే పొద్దున కూడా తినలేదనుకుంటూ కారు అద్దాలు దించి పైరు గాలిని ఆస్వాదిస్తున్నాను.

రెండు దారులుగా చీలే చోట ఒకతను బైక్ మీద నిలబడి మావైపు చెయ్యి ఊపుతున్నాడు. హమ్మయ్య వచ్చేసాములే అనుకున్నాను.

అది ఊరికి మొదలు మాత్రమే, ఇంకా లోపలికి వెళ్లాలని అతను మా దగ్గరకు వచ్చి 'నా వెనుక రండి' అన్నాక, ఐదు నిమిషాలు గడిచాక అర్థమయ్యింది. బాగా ఇరుకైన సింగిల్ రోడ్లు. ఒక కారు, బస్సు ఎదురెదురు వస్తే ఒకటి రోడ్డు దిగి పక్కకు పోవాల్సిందే. రోడ్ల నిండా మట్టి, పేడ, అక్కడక్కడా కారు మునిగి పోయేటంత గుంతలు కూడా ఉన్నాయి. ఓ జాతీయ మంత్రి గారు అన్నట్లు గుంతలు రోడ్డు ప్రమాదాల నియంత్రణలో భాగం కాబట్టి ఎన్ని గుంతలుంటే అంత నిదానంగా వెళ్తారని కాబోలు.

అలా సందుల్లో, గొందుల్లో, గతుకుల్లో, గుంటల్లో నుండి వారి ఇంటికి చేరే క్రమంలో బైక్ బాబుని ఫాలో అవుతూ ఉన్నాము. ఊర్లో ఏదో ఫంక్షన్ జరుగుతుందని కొన్ని రోడ్లు మూసేసారట. పెద్ద రోడ్డు మూసేసే సరికి ఒక చిన్న రోడ్డులో వస్తుంటే రోడ్డుకు మధ్యలో పెట్టిన బండ్లు, తొట్టెలు, ఆరేసిన వడియాలు, కందులు, మిర్చి ఇంకా ఏవేవో గింజలు మొత్తం రోడ్డు సగం పైన ఆక్రమించి ఉన్నాయి. వీటికి తోడు తల్లి కోళ్లు వాటి వెనుక పిల్ల కోళ్లు, కొన్ని గిన్నె కోళ్లు ఇంకొన్ని పందెం కోళ్లతో రోడ్డుకు అడ్డంగా నులక మంచాలపై ముచ్చట్లు పెట్టిన ఊరోళ్ళు.

"ఇక్కడింతే సార్" అంటూ అతను ఒక్కోటి పక్కకు పెట్టి కారుకి దారి ఏర్పాటు చేస్తున్నాడు. ఇలా అతనొక్కడే చేస్తే వంగి లేచి పక్కనబెట్టే సరికి సాయంత్రం అవుద్దేమోనని..

"మనం కూడా అతనికి సాయం చేద్దాం" అని కారు దిగబోతుంటే ఇంతలో

"నువ్వెక్కడికబ్బాయ్? నేనుండాగా" అంటూ బాబాయ్ నన్ను ఒక్క తోపు తోసి ఆయన దిగి సాయాన్ని ఒక రేంజ్ లో చేస్తున్నారు.

సాయమలా ఉంచితే ఒక ఇంటి ముందు వేసిన పట్టపై, ఎండబెట్టిన మిరపకాయలు పక్కకు లాగుతుంటే ఆ ఇంట్లో నుంచి ఒక కుర్రమ్మాయి "దొంగా.. దొంగా.." అంటూ అరుస్తూ పొడవాటి కర్ర తీసుకుని వచ్చింది. ఇక్కడ పరిస్థితి చూడకుండానే "దొంగతనం చేయడానికి సిగ్గులేదా.." అంటూ బాబాయ్ పైకి అమ్మోరు లాగా దూకింది.

"ఇదిగో పాప నేను దొంగను కాను" అని బాబాయ్ అన్నాడు.

ఇంతలోనే ఆ అమ్మాయికి సపోర్ట్ రోల్ లాగా కర్రని పట్టుకున్న వాళ్ళ మామ్మ "ఓరీడి దివసం జెయ్య, సచ్చినోడు దొంగతనం చేస్తున్నాడు" అని తిడుతూ, ఊగిపోతూ వచ్చింది.

"అది కాదు ఆంటీ గారు నేనేం దొంగతనం చేయట్లేదు" అని బాబాయ్

"ఏమిటీ, ఎద్దులా వున్నావు నేను నీకు ఆంటీనా? నీ జిమ్మడిపోనూ" అంటూ మెటికలు విరుస్తూ వీరంగం చేస్తుంది.

"హా.. ఆంటీవి కాక నువ్వేమైనా పసిపాపవా, అసలు నిన్ను బామ్మా అనాలి, నాదే తప్పు, పొరపాటున ఆంటీ అన్నాను" అంటూ బాబాయ్ కూడా ఏ మాత్రం తగ్గకుండా ఒళ్ళంతా ఊపుతున్నాడు.

అసలు విషయం చెప్పి, గొడవని ఆపాలని గబ గబా కారు దిగి వచ్చాను. కానీ వీళ్ళు మధ్యలో నన్ను దూరనివ్వట్లేదు.

"ఇంత వయసొచ్చింది దొంగతనాలు చెయ్యడానికి సిగ్గు లేదా" అంటూ వాళ్ళ మామ్మ కర్ర పైకి లేపింది. ఇంతలో బాలయ్య బాబులా బాబాయ్ ఆ కర్ర లటుక్కున పట్టుకుని "వయసు గురించి దయచేసి నువ్వు మాట్లాడకే ముసలి" అన్నాడు.

ఇంతలో బైకు బాబు అడ్డొచ్చి "చెల్లాయ్ వీళ్ళు మా ఇంటికే వస్తున్నారు. కారుకి అడ్డమని తీస్తున్నామంతే" అని వివరం చెప్పాడు. కాస్త ఆలస్యం అయితే కర్రకు బాబాయ్ బుర్ర బలయ్యేది. పొరబాటున తిట్టామన్న ప్రాయశ్చిత్తము కూడా లేదు ఆ పిల్లలో ఇంకా వాళ్ళ బామ్మలో.

ముసలది అయితే ఆపకుండా "నీ ఇంట్లో పీనుగెళ్ళ, నీ పిండం కాకులెత్తకెళ్ళ, నీ మొలతాడు తెగ, నీ పెళ్ళాం లేచిపోనూ, నీ నడుములిరగా, నీ గత్తరు లెవ్వ, నీ నోట్లో మన్నుబడ, నిన్ను బొందబెట్ట" అని తిట్టుకి తిట్టుకి అరక్షణం కూడా గ్యాప్ ఇవ్వకుండా తిడుతూనే "ఇవన్నీ మళ్ళీ ఎవడు ఆరబెడతాడురా" అంటూ ఆపింది.

బాబాయ్ కూడా మొదలెట్టబోతే ఆపి, "వూరుకో బాబాయ్ మనం ఇక్కడినుంచి త్వరగా వెళ్ళాలి. ఇంకా వాళ్ళకి అసలు మ్యాటర్ అర్థం కాలేదు కాబట్టి సరిపోయింది. లేకుంటే ఇక్కడే కట్టేసే వాళ్ళు మనల్ని ఆ మామ్మ మనవరాళ్లు" అని చిన్నగా చెవిలో అన్నాను.

"ఏమైందబ్బాయ్" అంటూ చూసాడు.

తడిచిన మిర్చి వైపు చూపి కళ్ళతో సైగ చేసాను. బాబాయికి ఇప్పుడు పరిస్థితి పూర్తిగా అర్థమై నోరు మూసేసి, కారెక్కి కూర్చున్నాడు

"నేను అన్నీ సరిగా పెడతాలే చెల్లాయ్" అని మిర్చీ సరిచేసి వీళ్లంతేనని తల బాదుకుంటూ ఇక కారుని ముందుకు పోనివ్వమని చెయ్యూపి "మీరు బండెక్కండి" అంటూ నన్ను అతని బైక్ మీద ఎక్కించుకున్నాడు.

"కొన్ని సార్లంతే సార్, నోరు గల్లోడిదే ఊరన్నట్లు అలా ఆ పిల్ల నోరు ఊరినే భయపెట్టిద్ది" అని బైక్ స్టార్ట్ చేశాడు.

"ఆ ముసలావిడ ఇంకా తిడుతోంది, ఆపదా" అంటే.

"ఇంకొకరెవరైనా దొరికే వరకే సార్, ఆ తర్వాత మళ్ళీ వాళ్ళని తిట్టుకుంటుందిలే మనల్ని వదిలేసి. అయినా మాకిదంతా మామూలే, ఊరికి కూడా ఇలా అలవాటు అయ్యింది" అంటూ ఒక రెండంతస్థుల ఇంటి ముందు ఆపాడు.

ఆ ఇంటి దగ్గర మా కోసం ఇంకొకతను కూడా వేచి చూస్తూ రాగానే 'నమస్తే సర్' అన్నాడు. నేను కూడా నమస్తే చెప్పాను. వారేదో భక్తి భావంతో నన్ను చూస్తుంటే ఇదేదో జీవన్ కి దక్కాల్సిన గౌరవంలా ఉందే అనుకొని అదిగో మీకు కావాల్సిన వ్యక్తి ఆ కారులో వస్తున్నాడని చెప్పాను. ఈలోపు కారు రానే వచ్చింది.

* * *

పేరుకే పల్లెటూరు కానీ ఇక్కడ ఇళ్ళు చూస్తే పట్నంలో మాదిరి అంతస్థులంతస్థులు ఉన్నాయి. మమ్మల్ని అక్కడకు తీసుకెళ్ళిన వ్యక్తిదే ఆ ఇల్లు. మా కారు అక్కడ ఆగగానే, పక్కనున్న ఇళ్ళల్లోని వారంతా విచిత్రంగా మా వైపే చూస్తున్నారు. పల్లెటూరులో ఇది సాధారణంగా జరిగేదే కదా అనుకున్నాను. కారులో రావడం కాస్త వాళ్లకు విచిత్రంగా ఉండి ఉంటుందనుకుంటూ, అయినా ఇన్నిన్ని అంతస్థుల ఇల్లు ఉన్న వాళ్ళకి కార్లు లేవా ఏంటీ? కొంపతీసి వాళ్లంతా చూస్తుంది నన్నేనేమో! అప్పటికీ మా ఆవిడ చెప్తూనే ఉంటుంది "మీకు ఊరికే దిష్టి తగులుతుంది, ఎందుకంటే ఏ పిచ్చి చొక్కా అయినా మీ ఒంటి మీద పడగానే బ్రాండ్ అయిపోతుంది, మీరు జాగ్రత్త" అని. మా ఆవిడ మాటలు గుర్తు తెచ్చుకుని లోలోపలే మురుసుకుంటూ ఇక బయట ఎక్కువసేపు ఉండకూడదు, త్వరగా లోపలికి వెళ్లిపోవాలని అనుకున్నాను.

మేము ముగ్గురం లోపలికి వెళ్తుంటే, బాబాయ్ లోపలికి నడుస్తూనే హార్రర్ సినిమాలో మధ్యలో అనుకోకుండా వచ్చి, ఏదో హైప్ క్రియేట్ చేసే మిడిగుడ్ల పాత్ర లాగా ఇంటిని కిందకు పైకి తదేకంగా చూసి

"ఈ ఇల్లు ఎప్పుడు కట్టారు? ఎవరు కట్టారు? అంతా ఇరికించి కట్టారే! అస్సలు లాభం లేదు!" అంటూ తల అడ్డంగా ఊపడం మొదలెట్టి "కుదరనే కుదరదు, ఇబ్బందే! ఇబ్బందే!" అని మొహాన్ని పిల్లలు చూస్తే భయంతో చుచ్చు పోసుకునే లాగా పెట్టాడు. బాబాయ్ ఏంటా ఇలా మారిపోయాడని అనుకున్నాను. నిజానికి పక్కనున్న నాకే ఒక్క నిమిషం ప్యాంటు తడిచే ఎక్స్ ప్రెషన్ ఇచ్చాడు. ఇంక మిగతా వాళ్ళ పరిస్థితి ఏంటో మీరే అర్థం చేసుకోండి.

లోపలికి వెళ్తే మొదటి గదిలో దివాన్ సెట్, పక్కన రెండు కుర్చీలు వేసి వుంచారు. వెళ్ళి కూర్చుని కాస్త గాలి పీల్చుకుంటుంటే, ఇంట్లో నుండి సుమారుగా ఒక యాభై ఏళ్ళ

ఆవిడ బయటకు వచ్చారు. వస్తూ వస్తూనే...

"రండయ్యా! కూర్చోండి, ప్రయాణం బాగా జరిగిందా? ఉదయం నుండి మీకోసమే మేమంతా ప్రాణాలు అరిచేతుల్లో పెట్టుకుని ఎదురు చూస్తున్నాము" అంటూ,

మా అందరినీ వారి బంధువులాగా పలకరించారు.

ఆహా.. ఇవి కదా పల్లెల్లో ప్రేమలంటే, మేము మధ్యలో దారి తప్పిపోయాం కదా అందుకేనేమో పాపం ఆంటీ గారు అంత కంగారు పడ్డారు. పట్టణాల్లో పైసల పలకరింపులు, మొహమాటపు కలయికలు చూసిన నాకు ఆంటీ గారి ఆప్యాయత కొత్త ఊరటనిచ్చింది.

"ఒక్క ఐదు నిమిషాలు కూర్చోండి, బాగా ఎండనబడి వచ్చారు కదా.. కాస్త కూల్ డ్రింక్ తాగుతారా లేక మజ్జిగ తాగుతారా" అని అడిగారు. ఇది కదా మర్యాదంటే..! నగరానికి దూరంగా పైర్ల మధ్య ప్రేమలు చిగురించే సంస్కృతి అనుకుంటూ బాబాయ్ వైపు చూశాను.

"ఏదైనా పర్లేదమ్మా" అంటూ తలూపాడు.

"బాబాయ్, మన ఊర్లో ఎలాగూ ఆ దిక్కుమాలిన కూల్ డ్రింక్స్ తాగుతాం కదా. ఇదేమో పల్లెటూరు పైగా ఇంట్లోనే పాడి కదా! పెరుగు చేతినిండా ఉంటుంది. శ్రేష్ఠమైన మజ్జిగ దొరకొచ్చు" అని చిన్నగా చెవిలో అన్నాను.

మేము మజ్జిగ తాగుదాం అనుకుని కూల్ డ్రింక్స్ కోసం వెళ్తున్న బైక్ బాబుని ఆపేసి "మజ్జిగ తాగుదాంలెండి, ఈ కూల్ డ్రింక్స్ అన్ని చోట్లా దొరికేవే కదా" అని అన్నాను.

"అయ్యో.. అదెంత భాగ్యం ఇప్పుడే తెస్తా" అంటూ ఆంటీ గారు లోపలికి చెంగు చెంగున వెళ్ళారు.

ఈ దిక్కుమాలిన ప్యాకెట్ మజ్జిగ, ప్యాకెట్ పెరుగులు కాకుండా, పల్లెటూరి పసందైన అసలు సిసలు మజ్జిగను నేను తాగబోతున్నాననే ఉత్సాహం పెరిగి ఆ వంటగది వైపే చూస్తున్నాను. ఎట్టకేలకు ఆంటీ పెద్ద చెంబులో మజ్జిగ తీసుకుని, ఒక లోటా తీసుకుని వస్తున్నారు. దగ్గరకు వచ్చే కొద్దీ నోట్లో లాలాజలం ఊరి గబుక్కున తాగెయ్యాలని అనిపిస్తుంది.

గ్లాసులో మజ్జిగ పోసి నా చేతికి ఇస్తున్న సమయంలో ఆత్రంగా మిడి గుడ్లు మిటకరించి చూస్తున్న బాబాయిని చూశాను. అసలే షెడ్ దగ్గర జ్యూస్ అని ఆశపెట్టాములే పాపం అనుకుని "ముందు బాబాయికివ్వండి ఆంటీ" అంటూ అటు చూయించాను.

మిడి గుడ్లు కాస్త ఫిలిప్స్ ఎల్ ఈ డి లైట్లుగా మారి ఇచ్చేవరకు కూడా ఆగలేక లటుక్కున

లోటా లాక్కుని, గుట గుట మని తాగేస్తూ కంగారులో రెండు గుక్కలు చొక్కాకి కూడా తాపిచ్చాడు. ఈయన కక్కుర్తి తగలెయ్యా! ఇదేంటీ ఇలా తాగుతున్నాడనుకుంటూ నాకు కాస్తైనా ఉంచుతాడా లేక మొత్తం గుటకాయ స్వాహా చేస్తాడెమోనని నేను తెల్ల మొహం వేసుకుని చూస్తున్నాను.

బాబాయ్ చప్పరిస్తూ.. ఇంకో లోటా అన్నట్లు చెయ్యి చాచాడు. అప్పుడే ఆంటీ ఆ లోటాలో మజ్జిగ నింపి గ్లాసు నా చేతుల్లోకి చేర్చింది. ముందునుంచే వస్తున్న కాస్త కూస్తో పులుపు వాసన గ్లాసు దగ్గరకు రాగానే ముక్కుకు గట్టిగా కొట్టింది. ఆంటీ గారు ఇలా వెళ్లి అలా వచ్చారే, ఇంతలోపే నిమ్మకాయ కూడా పిండారా! ఆహా ఏమి నా భాగ్యం అనుకున్నాను. ఇంతసేపటి నా ఎదురుచూపుకి తెర తీసే సమయం, ఆ మంచి తరుణం రానే వచ్చింది. ఆహా ఓహో అనుకుంటూ ఒక గుక్క లోపలికి పోనిచ్చాను. అత్యుత్సాహం వల్లనేమో రుచి ఏదో తేడాగా ఉండి అంతగా అర్థం కాలేదు. మళ్ళీ ఇంకో గుక్క వేసాక, పొద్దున తిన్న డబుల్ క్రిస్పీ...ట్రిపుల్ స్పైసీ పెసరట్టు ముక్కలకి పుల్ల మజ్జిగతో చర్చలేవో జరిగి రాజీ కుదరక గొంతులోకి వచ్చినంత పనయ్యింది.

మజ్జిగ పు..ల్..ల్..ల్లగా పులుపెక్కి పోయాయి. మంచి తరుణం కాస్త ముంచే తరుణం అయిపోయింది. ఈ ఆంటీ గారు నా ఆశలపై కంపు కొట్టే పుల్ల మజ్జిగ చల్లారే.. హయ్యో.. అనుకుంటూ ఇంకో గుక్క మింగలేక, మింగింది కక్కలేక నా పరిస్థితి ఏదో తిక్కలేచినట్టు, లోపలంతా దేవేస్తున్నట్లు ఉంది. ఈలోపు ఆంటీ చొరవ తీసుకుని "బాబు కాస్త ఉప్పు, చక్కెర ఏమైనా కలపనా? నేను కంగారులో ఉత్త మజ్జిగ ఇచ్చేసాను" అనింది.

ఏమి టైమింగ్ ఆంటీ.. పోనీలే అప్పుడైనా ఇంకో గుక్క తాగగలనేమో చుద్దామనుకుని "సరే కాస్త ఉప్పు, చక్కెర ఇందులో వెయ్యండి" అంటూ లోటా అయితే ఆమెకిచ్చాను. కానీ అసలు తీసుకు రాకుంటే ఇంకా బాగుండని లోపల కోరుకుంటూ కూర్చున్నాను.

ప్రమాద ఘంటికలు ఘన ఘన మోగగా అప్పుడే పక్క వీధి నుండి శంఖం ఊదే శబ్దం వినిపిస్తోంది. ఇదేంట్రా నాకేదో సింబల్ లాగా ఉందనుకుంటూ, జీవితం మీద ఆశలు వదిలి ఆంటీ గారిస్తున్న లోటాని నా వణికే చేతితో తీసుకున్నాను. బాబాయ్ నా వైపే చూస్తున్నాడు నాలుక చప్పరిస్తూ, ఈయన కక్కుర్తి తగలెయ్య మరీ వీటికోసం కూడానా. పంచదార వేసుకున్నాను కదా అందుకేనేమో ఈయన రంది. జీవన్ అటు బైక్ బాబుతో తీవ్రమైన చర్చల్లో వున్నాడు. ఆంటీ మాత్రం ఆలస్యం చేస్తే నా నోరు తెరిచి, ముక్కు మూసి లోటా లోపలికి గుమ్మరించే లాగా ఎదురుగా నిలబడి చూస్తుంది. ఉప్పు, చక్కెర కలిపారు కాబట్టి కాస్త పర్వాలేదేమోలే అనుకుంటూ గుక్కేసే సాహసం చేసేశాను.

ముందుదే కాస్త నయం ఈసారిది ఏంటో కూడా వర్ణించలేను. గొంతులోనే ఆపేసి

బిగబట్టి లోటా కిందబెట్టి బలవంతంగా కూర్చున్నాను. కడుపులో ఉపద్రవం ఏదో మొదలైంది. ఈసారి ఆపేది కానే కాదు. తెలిసి తప్పు చేశాను. నోరు అలాగే మూసుకుని పక్కనే ఏదైనా సైడు కాలువ, బాత్రూం కోసం చూస్తున్నాను.

అప్పుడే ఆంటీ ప్రేమ ఇంకా పెరిగింది ఎంతలా అంటే మాటలు ఆపడమే లేదు. కట్టుకున్న పట్టుచీర గురించి, ఇంకా పక్కన ఫంక్షనని, మాకోసం వెయిటింగని, ఆపకుండా లొడ లొడా మాట్లాడుతూనే ఉంది, నా వైపే చూస్తూ. నా బుర్రకేం ఎక్కట్లేదు కానీ ఏదో తలూపి మేనేజ్ చేస్తున్నా. నేను సమాధానం కోసం నోరు తెరిస్తే ఆంటీ మొహం మీద కక్కేలా ఉన్నాను. ఏంటి బాబూ తాగంటూ మళ్ళీ లోటా నా చేతికి ఇవ్వబోతుంటే పక్కనున్న ఒకతన్ని బాత్రూం ఎక్కడని సైగ చేసి అడిగాను. అతను అలా చేయి చూపించడమే ఆలస్యం వెంటనే బాత్రూమ్ లోకి దూరి షింక్ లో తలబెట్టాను.

పెద్ద ఫౌంటైన్ నోటి నుండి, ముక్కు నుండి కూడా దారి కనుగొని మరీ దూకింది. కళ్ళు నీళ్ళతో నిండి పోయాయి, చెవులు దిబ్బెక్కాయి. లోపలంతా మంటగా వుంది. ఒక ఐదు నిమిషాల తరువాత స్పృహలోకి వచ్చాను. ఉదయం తాగిన టీ నుండి మొత్తం వరుస కట్టింది. అక్కడున్న చన్నీళ్లతో మొహం, కాళ్ళు చేతులు కడుక్కొని, చీదుకుని, పుక్కిలించి జేబులోని రుమాలుతో తుడుచుకుంటూ వచ్చి కుర్చీలో కూర్చున్నాను.

చిన్నగా ఓపిక చేసుకొని వచ్చి కూర్చున్నానే గానీ నా చుట్టుపక్కల ఏమవుతుందో అంతా డిమ్ముగా ఉంది. ఏంటీ కుశలమేనా? అంటూ బాబాయ్ ఒక సౌండ్ లేని మూకీ డ్రామా నటన చేశాడు. ఈ జీవన్ ఏమో మూల మూలకు అడుగులు లెక్కేస్తూ ఆ దివాన్ కాట్ మీద ఒక పెద్ద పరంజామా లాగా ఏవేవో పరిచి వాళ్ళకు వివరిస్తూ చెప్తూ, చుట్టూ అల్లిబిల్లి ఆట లాగా, వీడియోని ఫాస్ట్ ఫార్వర్డ్ చేస్తే ఎలా ఉంటుందో అలా కామెడీగా తిరుగుతున్నాడు. ఈ ఆంటీ గారేమో దగ్గరగా మొహంలో మొహం పెట్టి బాబాయితో మాట మాట కలిపింది.

ఈ బాబాయి నోరు తెరిస్తే ఆవిడ మేకప్ అంతా వరదల్లో కొట్టుకుపోతుంది. ఇక పట్టు చీర గతి చెప్పే పనే లేదు. అసలే ఈ ఆడాళ్ళకి వాటిపై మక్కువ ఎక్కువ కదా. అందుకే బాబాయ్ కొంపలార్పే లోపే, కుర్చీలో కూలబడి

"ఏమండీ ఆంటీ గారూ" అన్నాను.

నా దగ్గరకు వచ్చి "బాబూ ప్రయాణం వల్ల అలసటగా వున్నావేమో! ఇదిగో ఈ మిగిలిన మజ్జిగ కూడా తాగు తగ్గిపోతుంది" అంటూ మళ్ళీ ఆ లోటా పైకెత్తింది. ఈ దారుణ కక్కుడికి ఇదే కారణమని చెప్పలేక

"వద్దు ఆంటీ కాస్త నీళ్లు ఇవ్వండి చాలు" అంటూ వెళ్తున్న ఆంటీకి "దయచేసి ఆ లోటా

కూడా ఇక్కడ నుండి తీసుకెళ్లిపోండి" అని చేతిలో పెట్టాను.

కూల్ డ్రింక్ కోసం పోతున్న వాడిని పోనీక, పల్లెటూరు, పాడి, నా పిండాకుడూ అని ఎదవ ఎలివేషన్స్ ఇచ్చి కోరి మరీ వేవిళ్లు తెచ్చుకున్నాను. బాబాయ్ కడుపు మాత్రం మామూలుది కాదు అది ఉక్కు. ఇన్ని ఘోరాలు తరువాత కూడా కదలకుండా మెదలకుండా నేరాలు ఘోరాల్లో నూతన ప్రసాద్ గారిలా బేస్ వాయిస్ లో మాట్లాడుతూ, ఇంకో లోటా కోసం ఆంటీ వంక ఎలా చూశాడో ఏమో!

నాకైతే ఆ పులుపుకి పులుసు కారింది. కాస్త గాలి కోసం నాలుగు అడుగులు వేసి పైనున్న అంతస్థుకు చేరాను. అక్కడొక పెద్ద పందిరి మంచం ఉంది. ఆ గదిలో కిటికీ ఎదురుగా గాలి వీస్తూ, చూస్తుంటే ఒక పెద్ద గుడి గోపురం కనిపిస్తుంది. అబ్బా.. ఈ వ్యూ ఎంత బాగుందో అనుకుంటుండగా, వెనుక నుండి ఎవరో చెయ్యేసి పిలిచినట్లు అనిపించింది. చుట్టూరా ఏవో గుసగుసల శబ్దాలు వినిపిస్తున్నాయి. గాలి వీస్తుంది కదా.., ఇంట్లోకి వచ్చే గాలి ఇలా సవ్వడి చేస్తుందేమో అనుకున్నాను. కళ్లు పీకుతున్నాయి, కాళ్ళు లాగుతున్నాయి, వెనకనుండి నెడుతున్నట్లు అనిపిస్తుంది. మైకం లాగా వచ్చి మంచం మీద అలా కూర్చున్నాను. అలా కూర్చున్నానే కానీ ఎవరో నన్ను లాగి ఒడిలో పడుకోబెడుతున్నట్లు, 'జోలాలి జోలాలి..' అంటూ నా జుట్టు నిమురుతున్నట్లు, లేవకుండా లాలించి బొజ్జో పెట్టినట్లు అనిపించింది. అసలిదంతా ఆ వాంతి వల్ల వచ్చిన నీరసం అనుకుంటూ ఎప్పుడు నిద్రలోకి జారుకున్నానో తెలియదు కానీ అలా ఒళ్ళు తెలియని నిద్రలోకి వెళ్ళిపోయాను.

* * *

ఫోన్ ఆగకుండా మోగుతూనే ఉంది. చెంపమీద చెల్లున చరిచినట్లు అనిపించింది. కళ్ళు మంటలుగా అనిపిస్తున్నాయి. నలుస్తూ, మెల్లగా కళ్ళు కాస్త పెద్దవి చేస్తూ చూశాను. జీవన్, ఆ ఆంటీ, బైక్ బాబు ఎదురుగా వున్నారు. నన్నసలు ఏమీ పట్టించుకోకుండా జీవన్ ఎడమ చెయ్యి ముందుకు 'L' ఆకారంలో పెట్టి తన చేతికున్న స్మార్ట్ వాచ్ లో ఏదో గిర్రున తిరుగుతుంటే, ఆ స్మార్ట్ వాచ్ కి ఒక దారం వేలాడుతూ 'ఓం కారం' కనిపిస్తుంది.

అటు నాలుగు అడుగులు, ఇటు నాలుగు అడుగులు వేస్తూ, ఒక చోట 'ఇదిగోండి ఇక్కడే' అంటూ మార్క్ పెడుతున్నాడు. గోడకు ఉన్న సామాన్లు, ఫోటోలు, చెత్త చెదారం మొత్తం తీసి పడేస్తున్నాడు. "ఇదిగోండి ఇక్కడ అదిగోండి అక్కడ" అంటూ మార్క్ లు పెడుతూనేవున్నాడు. ఎక్కడైతే స్మార్ట్ వాచ్ లోని తిరిగే సిగ్నల్స్ ఒకలాంటి 'టర్ర్..ర్ర్..' అనే శబ్దం చేస్తాయో అక్కడ మార్క్ చేస్తూ, ఇంట్లో మూల మూలలా ఉన్న వస్తువులన్నీ వెతికి వెతికి కలబెడుతున్నాడు. ఇదేదో వాస్తు విషయంలా అనిపించింది. వాడిలో ఏదో కొత్త పూనకం కనిపిస్తుంది. వాడి వెంట ఆంటీ, బైక్ బాబు భయంతో కూడిన వినయం

లాంటి నమ్మకంతో వాడు చెప్పినవన్నీ చేసేస్తున్నారు.

ఇదిలా ఉంటే కళ్ళు నలుస్తూ అలా మూసి తెరిచే లోపు ఆంటీ గారు మొహంలో మొహం పెట్టి జూమ్ లో ఆధార్ కార్డులో ఫోటోలాగా కనిపించారు. దెబ్బకు గుండెలు అదిరిపోయి ఉలిక్కి పడ్డాను.

"బాబూ ఏంటీ అలా నిద్ర పోయావు ఒక్కడివే. తిందువు రా బాబూ" అంటూ క్లోజప్ లో దెయ్యాల డాన్ లాగా కనిపిస్తూ కూల్ గా పిలిచారు.

"ఆంటీ.., ముందు మీరు కాస్త వెనక్కు జరగండి మీ పెర్ఫార్మెన్స్ కి నా గుండె 108 ఎక్కి మనసు మార్చుకుని మళ్ళీ వెనక్కు వచ్చింది. అన్నం తినేందుకు పిలవడానికి పిండం పెట్టేంత పని చేసారు" అని అన్నాను.

ఈ సీరియస్ డైలాగుని కూడా తోసిపుచ్చి "కామెడీలు ఆపు బాబూ.." అంటూ వీపున ఒక్కటి చరిచి వెళ్ళిపోయింది.

ఈ జీవన్ గాడేమో ఏదీ పట్టనట్టు ప్రఖ్యాత యూట్యూబ్ ఛానెల్లో వచ్చే కొలతల బాబా లాగా ఏవేవో రాళ్లు, రాడ్లు, గుడ్డ పీలికలు, రంగుల డబ్బాలు తెచ్చి పరిచి వాళ్ళందరిని అటు ఇటంటూ పరిగెత్తిస్తున్నాడు. వీడు త్వరగా అవగొడితే బాగుండని మనసులో అనుకోగానే నా వైపు తిరిగి "ఇక్కడకు వచ్చాక మధ్యలో వెళ్లలేము, అన్నీ చేశాకే కదలగలం" అంటూ అమ్మోరు సినిమాలో రామిరెడ్డిలాగా ఓ డైలాగు చెప్పాడు.

నేను మనసులో అనుకుంటే వీడికెలా తెలిసిందా అనుకుని అవాక్కయ్యా. ఈలోపు మెట్ల దగ్గర ఆంటీ దొంగ కోళ్లు పట్టేదానిలా తొంగి తొంగి చూస్తోంది. ఏంటీ ఈమె విచిత్రంగా ప్రవర్తిస్తుంది, ఇది ఈమె ఇల్లే కదా అలా నక్కి నక్కి దేనికి చూస్తోందనుకుంటూ ఇందాక చూసిన కిటికీలో నుండి బయటకు చూశాను. అప్పుడు అందంగా కనిపించిన గుడి గోపురం ఇప్పుడు నల్లటి రూపాలతో నిండా కమ్ముతూ ఉంది. నా కళ్ళకు అలా కనిపిస్తుందా లేక నిజంగా గుడిని ఏదైనా మింగేస్తుందా.. అలా చూస్తుంటే బయటంతా చీకటికి ముందున్న సాయంత్రం లాగా కనిపిస్తుంది. ఏదేమైనా ఇది మొత్తం ఇలా మారిపోయిందేంటీ అనుకుంటూ మా ఆవిడకు ఫోన్ చేద్దామని చూస్తే కాల్ వెళ్లడం లేదు, కాలింగ్ అని వచ్చి పక్కనున్న జీవన్ ఫోన్ రింగ్ అవుతుంది.

"నాకు ఎందుకు చేస్తున్నారు మీరు" అంటూ మళ్ళీ అదే హర్రర్ ఎఫెక్ట్ లో జీవన్ వాయిస్.

పొద్దున తిన్న పూరీ దెబ్బకు వాడి గొంతు అలా మారిందేమో అనుకుని నిదానంగా మెట్లు దిగుతూ కిందకు వచ్చాను. అలా కిందకు వస్తుంటే మెట్ల మీద ఎవరో అడ్డంగా నిలబడ్డట్లు, ఇంకొకరు తోసినట్టు, కాళ్లకు తగిలినట్లు అనిపిస్తూ కోర్టులో బంతిలా

నాలుగు స్టెప్స్ వేసి అటు ఇటు తగిలి మొహం పగలకుండా మెట్లు దిగాను. ఎవడ్రా అని చూస్తే ఎవరూ లేరు. నిద్ర మంపులే అనుకుంటూ వచ్చి కింద కూర్చున్నాను.

బాబాయ్ దర్జాగా దివాన్ కాట్ మీద కూర్చుని ఉంటే ఆంటీ మాత్రం హొయలు పోతూ మాట్లాడుతుంది. బాబాయిని వాళ్లావిడ ఎందుకు ఇంట్లో నుండి తరిమేసిందో ఇప్పుడు అర్థమైంది. ఈ వయసులోనే ఈయన ఇలా ఉంటే ఇంక ఆ వయసులో ఒక రేంజ్ లో సల్లాపాలు సాగించే ఉంటాడనుకుంటూ వాళ్ళ ఏకాంతానికి అంతరాయం కలిగిస్తూ నా ఎంట్రీ సాగింది.

నన్ను చూడగానే కొత్త కోడలు కొడుకు సరసమాడుకుంటుంటే మామగారు వచ్చినట్లు రయ్యిన సిగ్గుబడుతూ లోపలికెళ్లింది.

"ఏంటి బాబాయ్ సంగతులు.. బాగా సెటిల్ అయ్యావే ఇక్కడే. నిన్ను చూస్తుంటే కొత్తల్లుడి యవ్వారం కనిపిస్తుంది" అన్నాను. బాబాయ్ మాత్రం ఏదో సాధించిన పోటుగాడిలా మీసం మీద చెయ్యేసి చిరునవ్వులు చిందిస్తున్నాడు.

"బాబూ భోజనానికి రండి" అంటూ ఆంటీ పిలిస్తే.

"మీరేదో ఫంక్షన్ కి వెళ్లాలని అన్నారు" అని అడిగాను.

"అవును బాబూ వెళ్లాలి, మీరు భోజనం చేశాక వెళ్తాను" అంటూ ఒక పేపర్ ప్లేట్ నిండా వడ్డించుకుని వచ్చి మా ముందుంచారు. ఆ వడ్డెన విస్తరిని చూసిన బాబాయ్

"ఇప్పుడు నాకేం వద్దండీ నేను కాస్త నడుం వాలుస్తాను, ఇక్కడ పడుకోవచ్చా" అంటూ ఆంటీని అడిగాడు.

కాస్త నాలుగు ముద్దలు తిని పడుకోండంటూ ఆంటీ, నాకేం వద్దని ఆయన కాసేపు ఈ రొమాంటిక్ ముసలి డ్రామా నడిచాక "మీకెక్కడ కావాలంటే అక్కడ పడుకోండి అంతా మీదేగా" అని ఆంటీ "హ్మ్మ్.." అంటూ ఆ దివాన్ కాట్ మీద అలాగే పడుకునేందుకు సిద్ధమయ్యాడు.

ఆంటీతో కలిపిన పులిహోరాకి ఇంకేం ఆకలవుద్ది, అందులోనూ పొద్దున నుండి ఆ కడుపులో వేయని పదార్థం ఏముంది, అది మాత్రం ఎంతని అరాయింపు చేస్తుందని అనుకుంటూ వుండగానే బాబాయ్ నిద్రలోకి జారుకున్నాడు. నాకైతే లోపల ఆకలి దంచేస్తుంది. చూస్తే ప్లేట్ నిండా పంచభక్ష పరవాన్నాలు. ఆకలితో వున్నాను, అందులోనూ ఈరోజు నాకు జరిగిన తిండి అనుభూతుల దృష్ట్యా ఈ విస్తరి కనువిందు చేస్తుంది. ప్లేటులో ఒక జిలేబి, రెండు బజ్జీలు, పలావు రైస్, కుర్మా, పెరుగు చెట్నీ ఇన్ని చూడగానే ఆకలి మరింత పెరిగి పోయింది. ఏదో మొహమాటం కోసం కాకుండా వీళ్ళు మాకోసం ఇలాంటి భోజనం సిద్ధం చేశారు. మజ్జిగ అలా చేసినా ఇప్పుడీ భోజనం

మాత్రం చక్కగా ఏర్పాటు చేశారు.

"ఆంటీ నాకు ఈ ప్లేట్ లో భోజనం సరిపోతుంది. మీరు ఫంక్షన్ కి వెళ్ళండి ఇప్పటికే లేట్ అయ్యింది" అని అన్నాను.

"అయ్యో.. ఇదేం సరిపోతుంది, ఇప్పటిదాకా వున్నాను కదా ఇంకాసేపు ఉండి వెళ్తాను" అని ఆంటీ.

"మరేం పర్లేదు , మీరెళ్లండి నాకోసం ఆగొద్దు" అంటూ ఆంటీని ఫంక్షన్ కి పంపాను.

వేడి వేడి పలావులో కుర్మా కలుపుకుని తింటుంటే ఎంత రుచిగా వుందో. చాలా బాగా వండారు అనుకుంటూ వరుసబెట్టి జిలేబి, బజ్జీలు, చివరిగా పెరుగు చట్నీతో కడుపు నిండా తిన్నాను. ఆకలిగా వున్నప్పుడు రుచిగా దొరికే నాలుగు ముద్దలన్నం ఎంత సంతృప్తిని కలిగించిందో అనుకుంటూ పేపర్ ప్లేట్ పక్కన పడేసి చేతులు కడుక్కుని వచ్చాను. ఇంత సంతృప్తిలో ఏదో కుక్కర్ విజిల్ లాంటి సౌండ్ డిస్టర్బ్ చేస్తుంది. అయినా ఇన్ని రకాల వంటలు చేసి చాలదన్నట్లు ఇంకా ఏం వండుతున్నారో చూద్దామని అనుకున్నాను. గదిలోకి వెళ్లిన నేను అది బాబాయ్ గురక సౌండ్ అని నిర్ధారణ చేసుకున్నాను.

నిశ్శబ్ధంగా ఉన్న ఇల్లు బాబాయ్ గురక దెబ్బకు అదిరదిరి పడుతోంది. రైలు ఇంజను బొగ్గు పొగ వదులుతున్నట్టు గురకతో పాటు కాసిన్ని తుంపరలు కూడా వదులుతూ ఆ తుంపరలు ఆయన మొహం మీదే పడుతుంటే చల్లగా స్ప్రింక్లింగ్ ఎఫెక్ట్ లో హాయిగా నిద్రపోతున్నాడు. కడుపు నిండా తిన్న నేను నాలుగు అడుగులు వేసి అలా గేటు దగ్గరకొచ్చి నిల్చున్నాను.

* * *

ఆంటీ వెళ్లిన పక్కింటి ఫంక్షన్ దగ్గర ఏవో అరుపులు వినిపిస్తున్నాయి. అవేంటో చూడాలనే కుతూహలం మనిషన్నాక మామూలే కదా, పైగా ఈ మధ్యన రీల్స్ లో పక్కింటి గొడవలను రందిగా ఎగబడి చూస్తూ కుక్కలు, పిల్లులు కూడా మనిషికి పోటీ అయ్యాయి. అందుకే గేటు ఓపెన్ చేసి బయటకొచ్చి నిలబడ్డాను. అలా గేటు తీసి రెండు మెట్లు దిగానో లేదో పొట్ట కదిలి లోపల నుండి డుర్.. డూర్... అంటూ వెనుక నుండి శబ్దం చేస్తూ అప్రమేయంగా ఆపాన వాయువు వచ్చేసింది. వస్తే వచ్చాయి గానీ దెబ్బకు కడుపు కాస్త ఫ్రీ అయ్యింది. అంతా బాగుంది కానీ పక్కనే అరుగు మీదున్న ముచ్చట్ల అమ్మమ్మలను చూడలేదు. వాసన వచ్చినా రాకున్నా సౌండ్ వినబడగానే ఆటోమాటిక్ గా ముక్కుకు చెయ్యి అడ్డం బెట్టి మొహం మటుకు చిట్లిస్తారు ఈ జనాలు.

"అయ్యో, కథ మంచి రసపట్టులో ఉండగా వచ్చి గబ్బులేపావే" అంటూ నా ముందే

మొహం చిట్లించి తిప్పుకుంటూ లేచి వెళ్లిపోయారు ముసలవ్వలు. ఆపాన వాయువును అదేనయ్యా పిత్తును, ఇంకా చెప్పాలంటే స్టైల్ గా గ్యాసుని ఆపేస్తే ఎలా.. పొట్ట ఉబ్బి పోదూ.. అయినా ఈ ముసలోళ్లు రాత్రుళ్ళు వేసే డిజె సౌండుతో పోలిస్తే నాదొక లెక్కనా.. కానీ, ఏదో గ్యాస్ మొహమే తెలియనట్టు తెగ తిప్పుకుంటూ పోయారు..

ఆంటీ వాళ్ళు ఆ ఫంక్షన్ దగ్గర కనిపించలేదు. ఆ గొడవేంటో అనుకుంటూ ఉంటే ఎదురుగా పైట కొంగు కప్పుకుని ప్లేటు తీసుకుని ఒక పెద్దావిడ సిగ్గుపడుతూ దాచి దాచి దొంగ చూపులు చూస్తూ వెళ్తుంది. గబుక్కున వచ్చిన గాలికి కొంగు ఎగిరి ప్లేటు కనబడింది. ప్లేటు నిండా పలావును ఎత్తుగా ఏదో చిన్న సైజు కొండలాగా పేర్చి తీసుకుని వెళ్తుంది. ఇంకా బజ్జీలు, జిలేబి, కుర్మా ఏవైతే నేను తిన్నానో అవే ఐటమ్స్ నిండా కనిపించాయి. ప్లేటు చిన్నదే కానీ చింతలేని చిన్న కుటుంబానికి సరిపడా తీసుకుపోతుంది. ఓసి..నీ.. ఆత్రం కూల ఇంటిళ్లపాదీ పస్తులు ఉన్నారా ఏంటని అనుకున్నాను. వెనుక ఇంకో తమ్ముడు కూడా ఇదే మాదిరి రెండు చేతుల్లో రెండు సంజీవని పర్వతాలు మోస్తున్న చిన్న హనుమంతుడిలా వెళ్తున్నాడు. పాపం పోనీలే, వాళ్ళది కాస్త పెద్ద ఫ్యామిలీ కాబోలు అనుకున్నాను.

అవే ఐటమ్స్.. అదే పేపర్ ప్లేటు.. కొంపదీసి ఆంటీ గారు ఇదే ఫంక్షన్ లోని భోజనం తెచ్చి పెట్టారా ఏంటి? అనే అనుమానం కలిగింది. కానీ ఫోన్ కాల్ లో వంట అనే పదం విన్నానుగా అలా చెయ్యరులే, పాపం ఆంటీ నాకోసం కష్టపడి మంచి విందు భోజనం రెడీ చేస్తే నేను అనుమానించడం తగదు. సరేలే ఇంతకీ ఆ గొడవేంటో తెలుసుకోవాలని అనుకున్నాను.

తెల్లపంచ కట్టుకుని పరిగెడుతున్న ఓ పెద్ద మనిషిని పట్టుకుని ఆపాను. జారే పంచెను ఎగ్గట్టి, గుప్పున కొడుతున్న సారాయి కంపుకు తోడు నోట్లో బీడీ పెట్టి, టర్కీ టవల్ భుజాన వేసుకుని తూలుతున్న ఓ పనిలేని తాగుబోతు పెద్దమనిషిలా ఉన్నాడు.

"ఏందయ్యా అలా అడ్డంగా వస్తావు..? నేనెల్లి ఆ గొడవ ఆపాలి" అంటూ హడావిడి చేస్తున్నాడు.

"ఆపుదువు కానీ ఫంక్షన్ లో అసలా గొడవేంటి?" అడిగాను.

"ఇక్కడ ఇంతమంది పోతుంటే నన్నే ఎందుకు ఆపావు, అసలే నాకు చానా వింపార్టుమెంట్ పని ఉంది" అంటూ బీడీ పొగతో మొహం మీద ఊదాడు.

ఒక్కసారిగా సారాయి గబ్బు, బీడీ పొగ కలిసి ఇంకేదో కంపుగా మారి నా ముక్కులోకి పోయి మళ్ళీ తిన్నది కక్కుతానేమోనని అనిపిస్తున్నా కూడా...

"ఇంతమందిలో పద్ధతిగా పెదరాయుడులాగా మీరే కనిపించారు. మీరైతే ఉన్నది

ఉన్నట్లు చెపుతారని ఆపాను. మీరు చెప్పలేనంటే వెళ్ళండని" అన్నాను.

రివర్స్ గేరు చక్కగా పనిచేసింది, దెబ్బకు గబ్బు నోరు కాస్త మూసి ఒకడుగు వెనక్కు వేసి పెద్దమడిసినన్నావు కాబట్టి చెప్తానంటూ చెప్పుకొచ్చాడు.

"పదిరోజుల క్రితం ఆ ముసలాయన పోయాడా.., ఆ ఎదవ నా కొడుకులు ఆస్థి కోసం కొట్లాడుకుంటున్నారు. ఆ మహాతల్లి మొగుడు చచ్చిన దానికన్నా ఆస్థిలో నాక్కూడా వాటా కావాలంటూ కొడుకులతో పోటీ పడి ఇద్దరిమధ్య మరింత గొడవ పెంచింది. అందుకే గంట నుండి మొత్తం కుమ్ములాటలు" అంటూ సగం కాలిన బీడీని దబాయించి లాగాడు.

"ఆస్థి కోసం కొట్టుకుంటున్నారు సరే, అయినా పదిమందున్న ఫంక్షన్లో దేనికి?"అన్నాను.

"ఓహో..! నువ్వు భలే అమాయకంగా ఉన్నావే, ఇప్పుడు కాక ఇంకెప్పుడు అడుగుతారు. తర్వాత ఎవరు ఎవరికీ దొరకరు, చుట్టాలంతా ఉండ్లా ఇప్పుడే గొడవ పడతారు" అని నావైపు చూస్తూ పక్కనే పోతున్న వాళ్ళతో "నేనొస్తున్నానని చెప్పండి నాయాళ్లకు దమ్ములు పగలతాయి" అంటూ ఓ కేక వేసాడు.

"ఏదేమైనా ఫంక్షన్ అప్పుడు పరువు పోద్దిగా పెద్దాయనా.. అవునూ, అయినా ముసలాయన పోయి పది రోజులే అంటున్నావు, అయితే మరి ఈ ఫంక్షన్ కొంపదీసి" అని సాగదీసేలోపే...

"నా కర్మ గాలి ఇది ఆ ముసలోడి కర్మయ్యా బాబు. నువ్వెవురయ్యా ఇట్టా తగులు కున్నావు? దినం ఇప్పుడు కాకుంటే ఇంకెప్పుడు చేస్తారు" అంటూ ఓ గదుము గదిమాడు.

"ఏంటీ దినమా..?" అని నోరెళ్ళబెట్టాను.

"అవును దినమే, చచ్చాక దినం కాక పెళ్ళి చేస్తామా..? భలే వాడివేనే నువ్వు" అని నన్నంటూనే మరోవైపు "ఒసేయ్ అలివేణి, అదేం సరిపోద్ది, ఇంకో ప్లేటు తీసుకెళ్ళవే ఈ మధ్యన బాగా చిక్కావు" అని పక్కనే పోతున్న నడివయసు ఆవిడపై ప్రేమ ఒలకబోసాడు.

"ఇందాక చుట్టాలు వచ్చారని రెండు ప్లేట్లు అడిగితే నేనే తెచ్చిచ్చానులే, ఏది ఈ ఇంట్లో అక్క ఉండాలే" అంటూ గేటు పైకెక్కి తొంగి చూశాడు.

"ఆ.. ఆవిడా.., అక్కడే తగలబడిందిలే పో.." అన్నాను. పొమ్మన్నా పోకుండా అలివేణి ఇంకెవరితోనో మాట్లాడుతుంటే ఊగుతూ ఊగిపోతూ గుర్రుగా చూస్తున్నాడు.

ఫంక్షన్ ఫంక్షన్ అని చచ్చిన ఫంక్షన్ కి పట్టుచీర కట్టి, మేకప్ వేసి మరీ పోయింది ముసల్ది. అయినా ఎంత పని చేసింది, తిను తిను అంటూ దినం కూడు తెచ్చి పెట్టింది.

రానీ గట్టిగా అడుగుతాను. ఛీ.. ఛీ.. అందరి చేతుల్లో ప్లేట్లు చూసినప్పుడే తెలుసుకోవాలి కానీ ఆంటీ ఇలా చెయ్యదు, అలా చెయ్యదు, వండింది, వార్చింది అనుకున్న నన్ను నేనే నా చెప్పుతో కొట్టుకోవాలి. అసలు ఇంటికొచ్చిన వాళ్లకు వండుతామని చెప్పి, ఇలా పక్కింట్లో దినం కూడు తెచ్చి పెట్టడానికి ఈ ఆంటీకి సిగ్గులేదా అని లోలోపల రగిలిపోతుంది.

ఊగుతూ బీడీ దమ్ము లాగుతున్న ఆయన్ని "పో, పోయి తండ్రి చస్తే ఆస్తి కోసం కొట్టుకుంటున్న ఆ పనికిమాలిన కొడుకులకు తీర్పు చెప్పు పో" అని అరిచాను.

"ఇప్పుడు దాక బాగానే ఉన్నావుగా, అయినా ఇంత పెద్దమడిసి పై ఎవరైనా అంత పెద్దగా అరుస్తారా" అంటూ బీడీ పడేసి లుంగీ చివరను నోట్లో దోపి. "రేయ్ ఉండండ్రా నేనోస్తున్నా, తేల్చేస్తా" అంటూ తూలుతూ వెళ్లిపోయాడు.

తండ్రి చేసిన అప్పులు తీర్చాలన్నా, తండ్రి ఆస్తులు పంచుకోవాలన్నా కొట్టుకు చచ్చే కొడుకులున్న మన దేశంలో సంస్కృతి గొప్పతనం గురించి మాత్రం పుంఖాను పుంఖాలుగా పుస్తకాలు వచ్చాయి. చదువుతో బంధీ చేసే హాస్టళ్లు, ఉద్యోగం అంటూ చేర్పించే వృద్ధాశ్రమాలు రోజు రోజుకూ పెరుగుతూ పోతున్నాయన్నది వాస్తవం. మిగతా అన్నీ మనల్ని మనం పొగుడుకోడానికి రాసుకున్న భారతాలు మాత్రమే. నిజమైన భారతం కన్నా రొచ్చు దాచుకుని పొగుడుకునే అబద్ధమే మనందరికీ ఇష్టం కదా.. ఇదంతా భళా భారతంలో భాగమే.

* * *

ఇంటి లోపలికి వస్తే గురక గుర్ గుర్ శబ్దాలు ఇంకా ఆగనేలేదు. అలా కూర్చుని ఆలోచిస్తే, పెద్దాయన చచ్చి కొడుకుల మధ్య చిచ్చు పెట్టాడేమో కానీ నాకైతే కడుపు నింపాడు కదా అనిపించింది. ఒకవేళ ఆంటీ ఇచ్చిన మజ్జిగే అంత దారుణంగా ఉంటే భోజనం తింటే ఏమైపోయేవాడినో అన్న ఆలోచన నాకు జ్ఞాన బోధ చేసింది. 'చచ్చినోడికో దండం, నన్ను బ్రతికించావు' అనుకున్నాను.

ఆకలి తీర్చేందుకు ఏ భోజనం అయితేనేమి..? దినం కూడు అని నా కడుపు నింపిన భోజనాన్ని కోపంలో ఎంత తక్కువ చేసి మాట్లాడానో అనుకుని పశ్చాత్తాప పడ్డాను. అసలు కడుపు నింపే అన్నానికి అపోహలెందుకు? నా చిన్ననాటి నుండి పాతుకుపోయిన పనికిమాలిన ఆలోచనలు క్షణ కాలం నన్ను తప్పుదు దారి పట్టించాయి. ఏదేమైనా కాస్త ఆలోచన ఉంటే ఆ కొడుకులు కూడా కొట్టుకోరేమో కదా.. ఎంత దారుణమైన పదాలు వాడుకుంటున్నారో. చుట్టూ చుట్టాలు, ఊరందరి ముందు ఎంత చులకన అవుతారు. అయినా ప్రతి ఇంటి తీరు ఇదే గనుక అది తప్పని చెప్పకపోగా ఇందాక తాగుబోతు పెద్దమనిషిలా సమర్థించే వాళ్ళు కొందరైతే వీక్షించి

ఆనందించేవారు మరికొందరులే అనుకుని బాబాయ్ గురక భరించలేక పైకి వెల్దామని లేచి నిల్చున్నాను.

ఈ జీవన్ పైన ఏం చేస్తున్నాడో, వీడి లోని రామిరెడ్డి పోయాడో లేక అంతే వున్నాడో, బేస్ వాయిస్ తో మళ్ళీ బెంబెలెత్తిస్తాడేమో అనుకుంటూ పైకి అడుగులు వేస్తూ ఒక్కో మెట్టు ఎక్కుతున్నాను.

మెట్లైతే ఎక్కుతున్నాను కానీ కాళ్లకేవో కట్టి లాగుతున్నట్లు బరువుగా,బూట్లు బురదలో కూరుకు పోయినట్లుంది. పైనంతా గందరగోళం, క్రైమ్ సీన్ ఇన్వెస్టిగేషన్ జరుగుతుందేమో అన్నట్లు, ఇల్లు తలక్రిందులైందా లేక నేను తలక్రిందులుగా నిలుచున్నానా అనేలా అలమరల్లో ఒక్క వస్తువు లేకుండా మొత్తం అన్నీ కింద పెట్టేసి, కాదు కాదు పడేసి ఉన్నాయి. అవి ఎలాబడితే అలా కుప్పలు తెప్పలుగా చిందర వందరగా ఉన్నాయి. గోడల నిండా అక్కడక్కడా వెంకట్రామయ్య అండ్ కో ఎక్కాల బుక్ లోని ఇంటూ (×) మార్క్స్ లాగా, ఇంకొన్ని చోట్ల నర్సరీ పిల్లలు గీసిన సర్కిల్స్ లాగా గీసి మొత్తంగా కొంప కొల్లేరు చేసినట్టు కన్పిస్తుంది.

అసలు ఈ జీవన్ ఏం చేస్తున్నాడు. వీడు వీళ్ళ ఇంటి మొత్తాన్ని డంప్ యార్డ్ చేసేసాడనుకుంటూ వుండగానే వెనుక నుండి "బాబు ఇది మా ఇల్లేనా" అంటూ ఆంటీ వాయిస్. క్లోజప్ లో ఆంటీ మొహం కోవై సరళ లాగా కనిపించింది. పాపం చక్కని ఇల్లు చెత్త కుండీ అయ్యేసరికి ఏ ఆడవాళ్లకు మాత్రం గుండె తరుక్కుని పోదు చెప్పండి. ఈమె కూడా అంతే ఆశ్చర్యంలో పడేసిన సామాన్లను చూసుకుంటూ దాటుకుంటూ లోపలికి వెళ్ళాము. పాపం ఆ బైక్ బాబు, ఆ సామాన్లు తీసి పెట్టి ఒంటి నిండా చెమట్లతో మొత్తంగా విసిగి నీరసించి పోయాడు.

నా పక్కనే ఉన్న ఆంటీ రూపం క్రమేపీ మారుతూ వచ్చింది. మొహమంతా మేకప్ పోయి దద్దుర్లు వచ్చినట్టు కళ్ళు ఎర్రగా మారుతున్నాయి. ఇదేదో చాలా తేడాగా ఉందే అసలేమయ్యిందో అనుకుంటూ జీవన్ ని కుమ్మేసే ప్రోగ్రాం ఏమైనా పెట్టారేమో అనుకుని నేనొక అడుగు వెనక్కి వేసాను.

ఈ జీవన్ గాడేమో "ఇదంతే అదంతే, నేను చెప్పినట్టు వినాల్సిందే, ఇది తీసెయ్యండి అది పడెయ్యండి" అంటూ ఇల్లు పీకి పందిరేశాడు.

మా జీవన్ గాడు విసిరి పడేయమన్న వాటిలో కొన్ని దేవుడి బొమ్మలు, బహుమతులు, చాలా కాలం నుంచి జ్ఞాపకంగా దాచుకున్న వస్తువులు, ఫ్రేములు, పాత పట్టు చీరలు, మరికొన్ని బట్టలు, ఇత్తడి రాగి సామాన్లు వున్నాయి. అన్ని సామాన్లు బయట వెయ్యాలంటే ఎవరికి మాత్రం మండదు చెప్పండి. అసలీ జీవన్ ఇన్ని సామాన్లు దేనికి బయట వెయ్యమంటున్నాడు అనేది కూడా నాకర్థం కాలేదు. వాడి వాయిస్ లో

భీకరమైన బేస్ మాత్రం మార్చలేదు.

"వీడికి ఏమైనా వచ్చా, ఇతను మమ్మల్ని నిజంగా కాపాడతాడా?" అంటూ చెవిలో ఒక వాయిస్ వినిపించింది.

చెవిలో సడెన్ గా వచ్చిన వాయిస్ కి గుండె దడ దడా కొట్టుకోవడం మొదలై మెల్లగా తిరిగి చూశాను. మొహమంతా కందిన ఆంటీ గారు జీవన్ వైపు చూస్తూ నాతో అంటున్న మాటలు. ఈమెలో ఏదైనా చంద్రముఖి దూరిందా? ఇప్పుడు నేనేం చెప్పాలి? నాకు మాత్రం ఏదైనా తెలిసి చస్తేగా చెప్పడానికి.... ఈ జీవన్ గాడు చేసే చెత్తపని నా మెడకు చుట్టుకునేలా ఉందని లోలోపల కంగారు పడుతుంటే 'ఇదిగో బాబు' అంటూ ఓ సరళమైన గొంతు వినిపించింది. చూస్తే మళ్ళీ ఆంటీ గారే, అరె సడెన్ గా గొంతు భలే మారిపోయింది.

"టీ ఏమైనా తాగుతారా" అని సైగతో అడిగారు.

వామ్మో ఆంటీకి ఇప్పుడు టీ కి ఓకే చెప్తే జరగబోయే దారుణం గుర్తొచ్చి

"ఏం వద్దు ఆంటీ, మేము కాసేపట్లో వెళ్లిపోతాముగా, పర్లేదు ఆంటీ" అంటూ రాని నవ్వు నవ్వుతూ తోసిపుచ్చాను.

డ్రై డే రోజు బీరు దొరికినోడు మల్లే "ఇదిగో కనిపెట్టేసాను..! దొరికేశావు నా నుండి తప్పించు కోవడం నీ వల్ల కాదు" అంటూ గోడకున్న ఒక పెద్ద ఫోటో ఫ్రేం ని అటు ఇటు ఆ మిషన్ తో స్కాన్ చేస్తూ అరిచాడు జీవన్.

ఆంటీ, ఆ బైక్ బాబు "ఏంటి ఆ ఫోటోనా" అంటూ షాక్ అయ్యారు.

"మీరేం మాట్లాడకండి, ఈ ఫోటో ఇంకా ఎక్కడెక్కడుందో అన్ని తెచ్చేయండి" అంటూ ఆ ఫోటోలోని వ్యక్తి ఉన్న ఫోటోలన్నింటినీ బలవంతంగా తెప్పించి ఒకచోట పెట్టించాడు. అసలు సమస్య ఇదేనంటూ వాటి దగ్గర ఆ మిషన్ పెట్టి పెట్టగానే రయ్యి రయ్యిన ముళ్ళు తిరిగేస్తూ వచ్చే సౌండ్ చూపిస్తున్నాడు. భయంతో ఉన్న వాళ్ళు చేసేది లేక జీవన్ చెప్పే వాటికి తలూపుతున్నారు. చిన్న రాళ్లకు నల్ల గుడ్డ ముక్క కట్టినవి ఓ గుప్పెడు తీసి ఆ ఫోటోల మధ్య పెడుతూ స్కాన్ చేసాడు. అలా గుప్పెడు గుప్పెడు చేరుస్తూ ఆ స్కాన్ నార్మల్ చూయించేదాక పెంచి అవన్నీ ఓ పాత పంచెలో కట్టి బయట పెట్టేయండని పురమాయించాడు. దీనితో ఆపకుండా ఏవేవో రాడ్లు తీసి ఇంటికి కన్నాలెయ్యాలి, చుట్టూరా తీగలు కట్టాలంటూ ఇంకేవో విచిత్రంగా చెప్తుంటే అదంతా అర్థం కాలేదు. మళ్ళీ ఆంటీ 'టీ' అంటూ అడిగేసరికి మెల్లగా అక్కడనుండి కిందకు జారుకున్నాను.

* * *

అలా కిందకొచ్చి చూసేసరికి గేటు ఎదురుగా జానీ, జాకోబ్ లు నిల్చుని వున్నారు. జానీ కోపంతో రగిలిపోతుంటే జాకోబ్ ఎక్స్ ప్రెషన్ లేని ఎర్రి మొహం పెట్టి చూస్తున్నాడు.

"అరె జానీ ఏంటీ సడెన్ గా.. భలే వచ్చారు" అంటూ దగ్గరికి వెళ్ళాను.

"ఎన్నిసార్లు ఫోన్ చెయ్యాలి, ఒక్కరు కూడా ఫోన్ ఎత్తరా" అంటూ తన చేతిలోని ఫోన్ తీసి నా మొహంలో పెట్టి మరీ చూపించాడు.

ఫోన్ చేశావా! నాకసలు ఏ ఫోన్ రాలేదంటూ.. తీసి చూడగానే ఎనిమిది మిస్ కాల్స్ ఉన్నాయి. "ఇదేంటి ఇక్కడ అసలు సిగ్నలే లేదే, నేను కాల్ చేస్తున్నా వెళ్లడం లేదు. ఇన్ని మిస్ కాల్స్ ఎలా ఉన్నాయి" అంటూ షాక్ అయ్యాను.

"ఇవన్నీ చెప్పే టైం లేదు ముందు అర్జంట్ గా మనం ఇక్కడనుండి వెళ్లిపోవాలి, ఆ జీవన్ ఏడి?" అని కింద నుండే కేకలు వేశాడు.

ఎన్నిసార్లు పిలిచినా ఆ జీవన్ నుండి ఉలుకు పలుకు లేదు. పైకి మేము వెళ్లేసరికి ఎగ్జిబిషన్ లా పరిచిన వాడి సామాను గురించి, ధరల గురించి సేల్స్ మ్యాన్ లాగా వివరిస్తున్నాడు. జీవన్ చెయ్యి పట్టుకుని "మనం త్వరగా బయల్దేరాలి స్టార్టవ్వు" అంటే బేరం కుదిరేట్లుంది కాసేపాగంటూ ఆలస్యం చేస్తున్నాడు. ఇంతలో బాబాయ్ ఎక్కడంటూ జాకోబ్ కిందకెళ్లి గుర్రుబెడుతున్న బాబాయ్ మొహం మీద గ్లాసు నీళ్లు కొట్టి, ఏం చెప్పకుండా లేపి లాక్కొచ్చాడు. జానీ ఎంత కంగారు పెట్టినా జీవన్ జాగుల వల్ల పడమర సూరీడు సెలవంటూ చెప్పే టైమ్ అయింది.

గబ గబా జానీ కార్ స్టార్ట్ చేసి పొలిమేరకు చేరేసరికి రోడ్డుని పూర్తిగా మూసేసి అడ్డంగా జనాలున్నారు. చేతిలో కర్రలు, పొడవాటి బరిసెలు పట్టుకుని మా వైపే వస్తున్న ఆ ఊరి జనాలను చూసి ఒక్కసారిగా మా గుండె ఆగింది. మా కారు దగ్గర కొచ్చి డోర్ తీయమని బాది "మీరు ఊరు దాటడానికి వీల్లేదు" అన్నారు. అందరం ఒకరి మొహాలు ఒకరు చూసుకొని ఫైనల్ గా ఈ బాబాయ్ అసలే నోరుగల్లోడు, ఖచ్చితంగా ఎవరితోనో ఏదో గొడవ పెట్టుకుని ఉంటాడని ఆయన వైపు చూసాము.

"ఎక్కడ నుండి అయితే వచ్చారో అక్కడికే తిరిగి వెళ్లి రేపు తెల్లారిన తరువాతే వెళ్ళాలి" అంటూ జనాల్లోంచి ఒక గొంతు.

"అదేంటయ్యా మేము చాలా అర్జంట్ గా వెళ్ళాలి"అంటూ జానీ చెప్తుంటే..

"ఏమైనా సరే తెల్లారేదాకా ఒక్క మనిషి కూడా ఊరు దాటి పోకూడదు అదే మా ఊరి రూలు" అంటూ మళ్ళీ అదే గొంతు వినిపిస్తూ వస్తుంటే అందరూ దారిచ్చారు. ఎవరని చూస్తే ఇందాక నాతో మాట్లాడిన తాగుబోతు పెద్దమడిసి.

చేతిలో పొడవాటి కర్ర పట్టుకుని వచ్చి కారు ఎదురు నిలబడ్డాడు. "మా ఊర్లో దినం జరిగాక సాయంత్రం ఆరింటికి పొలిమేరలు మూసేస్తాం, మళ్ళీ తెల్లారాకే తెరిచేది. ఊర్లో మనిషి సచ్చేట్టు ఉన్నా తెరవం, మీరు వెనక్కు వెళ్లి ఆ ఇంట్లోనే ఈ రాత్రికుండి పొద్దున్నే పోండి. కాదని దాటాలని చూస్తే వీళ్ళంతా ఎగబడి కొట్టి చంపినా చంపుతారు" అంటూ కామెడీగా కనిపించిన పెద్దమనిషి బీడీ లాగుతూ చెప్పిన మాటలకు మాకు చెమట్లు పట్టాయి.

హమ్మయ్య ఇది బాబాయ్ ఘనకార్యం కాదులే అనుకుని అయినా ఏంట్రా మనకీ ఖర్మ అనుకుంటూ ఉంటే జీవన్, జాకోబ్, బాబాయ్ మటుకు ఈ నైటుకి ఎలాగోలా ఆ ఇంట్లోనే ఉందామని అన్నారు. మరి కొంచెం బేరమవుద్దన్న ఉత్సాహంతో, ఇంకొన్ని రంగురాళ్ళు అమ్ముకోవచ్చనే ఆశతో జీవన్ కారు రయ్యిన వెనక్కి తీసాడు.

మళ్ళీ వస్తామని ముందే తెలిసిన ఆంటీ గుమ్మం దగ్గరే నిలబడి రండి రండంటూ స్వాగతం పలికింది బాబాయ్ వైపు కొంటెగా చూస్తూ. బాబాయ్ కూడా తన జొల్లు తానే తుడుచుకుంటూ "మమ్మల్ని పంపించడం మీకు ఇష్టం లేదనుకుంటా అందుకే రోడ్లే మూసేసారు మీ ఊరోళ్ళు" అన్నాడు.

అసలు ఆంటీ, బాబాయ్ కెమిస్ట్రీ తెలియని జాజాజీలు ఆశ్చర్యంగా చూస్తుంటే ఆ భాగోతానికి ప్రత్యక్ష సాక్షి అయిన నేను "మీకు తర్వాత వివరంగా చెప్తాలే" అని చిన్నగా చెవి కొరికి లోపలికి అడుగు పెట్టాము. బాబాయ్ ఆంటీని వెంబడిస్తూ కింద ఇంట్లోకి పోతే మేము మటుకు డంప్ యార్డ్ లోనే బస అంటూ పైకి వచ్చాము.

"ఓరి బాబోయ్ ఇప్పుడు మనం ఇక్కడే ఉండాలా? ఇంకెక్కడైనా ఉందాం" అని నేనంటే

"పక్కనే కనిపించే గుడిలో ఉందామా.."అని జానీ అంటే,

"ఈ ఊర్లో మనకి ఇంకెవరూ తెలీదు, ఇల్లు వదిలి ఎక్కడబడితే అక్కడ దేనికి" అంటూ జీవన్, జాకోబ్ లు జానీ మాటను తోసి పుచ్చారు.

జానీ మాత్రం జీవన్ ని పక్కకు తీసుకెళ్లి చాలా కోపంగా తిడుతున్నాడు. ఏదో జరిగింది కానీ నాకైతే పూర్తిగా అర్థం కావట్లేదు. జానీ వచ్చి "ఎట్టి పరిస్థితుల్లో ఈ ఇంట్లో ఈ రాత్రికి ఏమీ తినడం కానీ, ఎవర్నీ నమ్మడం కానీ చేయొద్దు, మనం ప్రమాదంలో ఉన్నాం" అని ఒకవైపు చెపుతుంటే, మరోవైపు జీవన్ జాకోబ్ లు పిచ్చి నవ్వు నవ్వుతున్నారు, నేనేమో అర్థం కానీ అయోమయంలో ముగ్గురినీ చూస్తున్నాను.

జానీ మాటలకు మధ్యలో అడ్డొచ్చి "అసలేం జరుగుతుందో చెప్పండి మొదట, తరువాత ఏం చెయ్యాలో నాకూ తెలుస్తుంది. నువ్వేమో ఏదేదో చెప్తున్నావు, వీళ్లేమో నవ్వుతున్నారు" అంటూ నా మనసులోని అనుమానాలు వ్యక్తం చేశాను.

"జీవన్ చేసే పని నీకు తెలుసా..?" అంటూ అడిగిన జానీ ప్రశ్నకు

"వాస్తు ఏదో చూస్తున్నాడు అంతేగా" అంటూ సమాధానం చెప్పాను.

"వాడు చూస్తుంది వాస్తుని కాదు, దెయ్యాలని. దెయ్యాన్ని పట్టేందుకు ఇక్కడకు వచ్చి, అసలు దెయ్యాన్ని వదిలి ఆ ఫోటోలోని ఇంకో కొసరు దెయ్యాన్ని పట్టాడు. ఇప్పుడు మంచి దెయ్యం బంధీ అయ్యి మిగతా దెయ్యాలకు ఉన్న కాస్త అడ్డు పోయింది. అవి ఇక విజృంభిస్తాయి. ఈ రాత్రి మనకు కాలరాత్రి" అని చెప్తుంటే నాకు కాళ్ళు వణికాయి. అసలు ఈ దెయ్యాలేందీ, వాటికీ జీవన్ కి సంబంధమేంది అనుకుంటూ వుండగానే "అసలు దెయ్యం ఆ ఆంటీనే అయ్యుండొచ్చు" అంటూ జానీ ఎక్సక్లూజివ్ బ్రేకింగ్ న్యూస్ చెప్పాడు.

ఆ ఒక్క మాట దెబ్బకు నాకు గుండె బద్ధలయినంత పనయ్యింది. ఈ ఆంటీ చేసిన చేష్టలు, నాకు వినపడ్డ వాయిస్ లు, కాళ్ళు పట్టుకుని లాగడాలు ఇవన్నీ దెయ్యం పనులా..? వామ్మో, ఎరక్కపోయి వచ్చి ఇరుక్కున్నానే ఇప్పుడెలారా దేవుడా? అనుకుంటూ జానీ వైపు చూసాను.

"మనం ఈ ఇంట్లో ఉంటేనే సమస్య, తెల్లారేదాక నిద్ర పోకుండా బయటే వుండి చూద్దాం" అంటూ బయటపడే ఒక మార్గాన్ని జానీ చెప్పాడు.

ఊరు వదిలి పోకూడదు, అలాగని ఇంట్లో కూడా ఉండకూడదు. రోడ్డు మీద తెల్లారేదాక కాపలా కాయాలా? అలాచేసినా ఈ దెయ్యం బారి నుండి బయట పడతామా..? అని ఆలోచిస్తూ నేను కంగారు పడుతుంటే జీవన్, జాకోబ్ మాత్రం అక్కడే పడుకునేందుకు పక్కలు రెడీ చేసుకున్నారు.

"చేసిందంతా చేసి అలా పడుకుంటావే, జానీ చెప్పినట్లు మనం బయటే ఉందాం, మనకు బయటే క్షేమం" అని జీవన్ చెయ్యి పట్టుకుని లాగాను.

"అన్నా.., జానీ కంగారు పెడుతున్నాడు కానీ ఎన్నో దెయ్యాలను పరిగెత్తించిన వాడిని, నాకేం భయం లేదు, మీకు భయమైతే పోయి బయట కారు దగ్గరే ఉండండి. ఏ దెయ్యం నన్నేం పీకలేదు, నా శక్తి మీకు తెలియదు" అంటూ బ్యాగులో నుండి కొన్ని మాలలు తీసి మెడలో వేసుకున్నాడు. ఏవేవో ఉంగరాలు, ఒక మూట, కొన్ని రాళ్ళు చుట్టూ పెట్టుకున్నాడు. నిమ్మకాయలు నాలుగు, నల్లగుడ్డ చుట్టిన ఉండలు నాలుగు, పసుపు ఎరుపు నలుపు రంగు దారాల తాళ్ళు చేతికి కాలికి మొలకి కట్టుకుని బ్యాగులోని పుస్తకాన్ని కూడా పక్కనే పెట్టుకుని పడుకున్నాడు.

"దీనంతటికి కారణం వీడేగా, వీడిక్కడే ఉంటాడు నువ్వు రా జాకోబ్" అని పిలిచాను.

"అన్నా నేను ప్రభువుని నమ్ముతాను, ఈ దెయ్యాలు భూతాలు నన్ను చూస్తేనే

పరిగెడుతాయి. ఆ ప్రభువు నామమున నేను వాటిని వణికిస్తా" అంటూ జాకోబ్ కూడా తెల్లని కండువా ఒకటి మెడలో వేసి జీసస్ లాకెట్ ఛైన్ వేసుకుని, బైబిల్ తలకింద పెట్టుకుని పడుకున్నాడు. టైం చూస్తే తొమ్మిదిన్నరయ్యింది, ఎలాగోలా ఇంకో ఎనిమిది గంటల గండం గడిస్తే ప్రాణాలతో బయట పడతాము.

"వీళ్ళు చెప్పే మాటలకు చేసే పనులకు అసలు సంబంధం లేకుండా ఉంది. భయం లేని వాళ్లయితే ఇలా ఇన్ని రకాల ఏర్పాట్లు ఎందుకో..! మొత్తం తేడా తేడాగా ఉంది కదా" అని జానీతో అన్నాను.

"ఎవరికి తెలియాల్సింది వాళ్లకు తెలిసొచ్చేదాక ఇంతే గురూ, వీళ్ళ అతికి వీళ్ళు అనుభవిస్తారులే. ఈ రాత్రి మనం ఆ ఆంటీని గమనిస్తూ ఉండాలి. ఏ క్షణం ఏదైనా జరగొచ్చు, తెల్లారేదాక మనకు తిప్పలే" అని జానీ అంటుండగా ఇంతకీ బాబాయ్ కింద ఆంటీ దగ్గరే కదా ఉన్నాడని గుర్తొచ్చి వెంటనే అమ్మో జొల్లు బాబాయ్, దెయ్యమాంటీతో సొల్లు వేస్తున్నాడు బాబోయ్..! అనుకుంటూ జానీ నేను ఒక్క ఉదుటున జంప్ చేసి కిందకొచ్చి ఆగాము.

* * *

బాబాయ్ ఆరేసుకుని నడి మంచం మీద కూర్చున్నాడు. ఎదురుగా ఒక స్టూల్ వేసి దాని మీద గ్లాసు పెట్టి, పక్కన కంచం సెటప్ తో సెట్టింగు కాస్త రసభరితంగానే ఉంది. లోపలికి వెళ్లే ధైర్యం చెయ్యలేక గోడ చాటుగా 'బాబాయ్.. బాబాయ్' అంటూ మెల్లగా పిలిచాము. ఈ జొల్లు సొల్లు బాబాయ్ మా మాటలు వినే స్థితిలో లేడు. ఆంటీ ప్రస్తుతానికైతే పక్కన లేదు కానీ ఒకవేళ లోపలికి పొయ్యి పిలిచే లోపు వచ్చేస్తే మా పని అయిపోతుంది. ఇందాక దాకా లేని భయం ఇప్పుడు పట్టుకుంది. ఆంటీ పేరెత్తితే ప్యాంటు తడిచేలాగా ఉంది. లోపలికి పొయ్యి దెయ్యానికి దొరకడం కన్నా ఇక్కడ నుండే ఎలాగోలా పిలుద్దామని జేబులో ఉన్న పెన్ను తీసి గురి చూసి బాబాయ్ వైపు విసిరాను.

పెన్ను వెళ్ళి సరాసరి మడ్డి ఆముదం రాసుకున్న పిచ్చుక గూడు లాంటి బాబాయ్ జుట్టులో ఇరుక్కుంది. పెన్ను ప్రయత్నం విఫలమవడంతో పక్కనే దొరికిన ఒక బుక్కులోని పేపర్ చించి రాకెట్ చేసి వదిలాడు జానీ. అది బాబాయ్ భుజాన్ని తాకడంతో మా వైపు సర్రున తిరిగి చూసాడు.

"ఇటు రా ఇటు రా.. త్వరగా బయటకు రా" అని మేము చేతులు ఊపుతున్నాము.

ఇంతలో మా సైగలు అర్థం కానట్టు తల గోక్కున్నాడు. ఇంకేముంది పెన్ను దొరికింది, 'మీరుండండి నాకంతా అర్థమైంది' అంటూ సైగ చేసి, పేపరు మీద రాయడం మొదలెట్టాడు మా రైటర్ బాబాయ్. అది చూసి మేము తల గోక్కోవాల్సి వచ్చింది ఏం

రాస్తున్నాడో అర్థం కాక. అసలే మేము ప్రాణభయంతో వుంటే ఈయన కొంపతీసి ఆంటీకి ప్రేమలేఖ రాయట్లేదు కదా. స్ట్రిక్ట్ ఇన్విజిలేటర్ ముందు ఫైనల్ ఎగ్జామ్ రాసే పిల్లోడి మాదిరి పక్కకి కూడా చూడకుండా కొట్టేసి కొట్టేసి సరిచేసి సీరియస్ గా సిన్సియర్ గా రాసి, గర్వంగా తల పైకెత్తి మళ్ళీ రాకెట్ చేసి మావైపు విసిరాడు.

అంతగా ఏమి రాసాడా ఈ బాబాయ్ అని ఆత్రంగా తీసి చూస్తే "ఈ ఖాళీ పేపరు దేనికి? నాలాగే తెలివిగా రాసి మళ్ళీ విసరండి" అని కోడిగెలికినట్లు గెలికాడు.

అది చూసి అవాక్కయ్యి ఇద్దరం ఒకే టైమింగ్ లో బాబాయ్ కళ్లి చూడగానే యోగా మాష్టారులా ప్రశాంతంగా నవ్వుతూ కుడిచెయ్యి ముందుకి చాపి బొటనవేలు చూపుతూ 'డన్' అంటున్నాడు. ఆయన చేష్టలకు మేము తల బాదుకుని, మళ్లీ రమ్మని సైగ చేసాము.

"ఏంటి అక్కడే వున్నారు లోపలికి రండీ" అంటూ పెద్దగా బావురుకప్పలా అన్నాడు.

ఈ బాబాయ్ మొత్తం చెడ దొబ్బేలాగా ఉన్నాడే అనుకుంటూ వుండగానే ఆంటీ వచ్చేశారు. మేము భయంతో గోడకు పూర్తిగా నక్కి ఒకరి తల మీద ఒకరు వంకరగా కాస్త కాస్తగా ఏం జరుగుతుందో చూసాము. ఈలోపే మంచి మసాలా వాసన గుప్పున వస్తుంది. దెయ్యమాంటీ వేడి వేడి గారెలు ఆ పళ్ళెంలో వేసి దాని మీద నాటుకోడి పులుసు పోసి మ్యాన్షన్ హౌస్ ఫుల్లు తీసి స్టీలు గ్లాసులో పెగ్గు పోసి బుస్సున పొంగే సోడా కలిపి బాబాయ్ చేతికిచ్చింది. బాబాయ్ సిప్పెయ్యగానే గారె ముక్క నోటికి అందించింది. ఇదంతా చూస్తున్న మాకే చస్తే చచ్చాంలే తినేద్దాం పదమని అనిపించేలా ఉందా సీను. బాబాయ్ దెయ్యంతోనే ఛిల్ అవుతున్నాడు కదరా దేవుడా అనుకున్నాము. దెయ్యమాంటీ దగ్గరుండి బలిచ్చే గొర్రెను మేపుతున్నట్టు బాబాయిని బాగా చూసుకుంటుంది. ఇప్పుడు బాబాయికి విందు తరువాత బాబాయే దెయ్యమాంటీకి విందు. బాబాయ్ బలవ్వక ముందే బయటకు ఎలాగైనా లాగాలనుకుంటూ మళ్ళీ ధైర్యం చేశాము.

ఆంటీ లోపలికి పోగానే దగ్గరగా పొయ్యి "త్వరగా..రా.. బయటకు" అని చెయ్యి పట్టుకుని లాగితే అప్పటికే కిక్కు ఎక్కిన బాబాయ్ మా మాటలు వినకుండా

"రేయ్ చూసారా నా వైభోగం.. మందు ముక్క నా ముందుకే వచ్చాయి రా.. కుర్ర నా కొడకల్లారా.. మీకు కుళ్లు కదా" అంటూ చెయ్యి విదిలించుకుని మళ్ళీ అక్కడే కూర్చున్నాడు. ఈసారి మేము ఆంటీకి డైరెక్ట్ గా చిక్కాము. మా వెనకే వచ్చి నిలబడిందని అర్థమై మాకు వణుకు మొదలయ్యింది.

"బాబాయ్ దెబ్బకు మనం బుక్కయ్యాము జానీ" అంటే

"అవును గురూ, ముందు మనం బయట పడాలి లేకుంటే మనకు చిత్తడే" అన్నాడు.

ఇద్దరం ధైర్యం చేసి వెనక్కి చూస్తే ఒక్క తోపు తోసినట్టు అనిపించి బయటకు వచ్చి

పడ్డాము. ఆంటీ పెద్ద కళ్ళు చేసి మమ్మల్ని తినేసేలాగా చూస్తుంటే ఠపీమని తలుపులు పడ్డాయి.

మేము గేటు దాటి గబుక్కున వచ్చి కారు దగ్గర నిలబడ్డాము. జానీ జేబులోంచి సిగరెట్ పెట్టె తీసి సిగరెట్ నోట్లో పెట్టి లైటర్ కొడుతూ సిగరెట్ వెలిగించాడు. ఆపకుండా రెండు దమ్ములు పీకి "జస్ట్ మిస్ అయ్యాము రా దేవుడా" అంటూ పక్కనే కనిపిస్తున్న దేవుడి గోపురానికి దణ్ణం పెట్టాడు. నేనేమో కారు అనుకుని పాపం బాబాయ్ పరిస్థితి ఏంటోనని ఆలోచిస్తున్నాను.

చావుకు మేము షేక్ హ్యాండ్ ఇస్తే బాబాయి ఏకంగా హగ్గే ఇచ్చాడు. బాబాయ్ ఉన్న భీకరమైన సిట్యుయేషన్ గురించి ఊహిస్తే గోళీలు గొంతులోకొచ్చి ఆగాయి. బొమ్మలాగా కదలకుండా ఉన్న జానీ గస, పాము బుస లాగా వినిపిస్తుంటే అప్పుడొక అనుమానం వచ్చింది. అసలు ఎక్కడో ఉన్న జానీకి మాత్రం ఇవన్నీ ఎలా తెలిసాయని?

జానీ వైపు తిరిగి "ఇక్కడున్న మాకే ఇవన్నీ అర్థం కాలేదు, అసలు నీకెలా తెలిసాయి" అంటూ అనుమానంగా అడిగాను.

"నాకెలా తెలుసు, నేనెలా వచ్చాననే విషయం వదిలేయ్, ఇక్కడ జరిగేవి నిజమో కాదో నువ్వే చూశావుగా, అయినా అదంతా పెద్ద స్టోరీ కానీ ముందు జరగాల్సింది చూడాలి" అని వీధిలో అటూ ఇటూ చూశాడు.

కనుచూపు మేరంతా నిర్మానుష్యంగా, నిశ్శబ్దంగా ఉంది. దూరంగా కుక్కల అరుపులు వినపడి ఏదో అమాంతం వాటి గొంతు నులిమినట్టు సడెన్ గా ఆగిపోయింది. వీధి లైట్లు కూడా ఆరిపోయాయి. ఆకాశంలో తెరలు తెరలుగా చుక్కలు కనిపించకుండా పోయి భీకరాకారపు నల్లటి ఛాయలు కమ్ముతున్నాయి. ఇవన్నీ చూస్తుంటే హారర్ మూవీ చూస్తున్నట్లే ఉండి మాలో కూడా టెర్రర్ మొదలయ్యింది. నా అనుమానాన్ని నివృత్తి చేసుకునేందుకు నేను జానీ భుజంపై వేలితో గీకాను.

ఒక్కసారిగా జానీ అదిరిపడి "ఏంటి గురు నోటితో పిలవొచ్చుగా" అంటూ వీపున చరుచుకున్నాడు.

"అదేంటంటే గురూ" అంటూ జానీ భయాన్ని చూసి నేనడిగేది మర్చిపోయి 'మరీ మరీ' అని నానుస్తూ.. "ఇందాక ఆ జీవన్ బంధించిన దెయ్యం ఏంటసలు, వివరంగా చెప్పవా" అన్నాను.

జానీ చూపు తిప్పకుండా అలా ఇంటివైపే చూస్తున్నాడు. ఇంటి మీద చీకట్లో గాలికి కదులుతున్న నల్లటి రూపం కనిపించింది. అది ముందు టెర్రస్ దగ్గర, కాసేపటికి మెట్ల దగ్గర తర్వాత ఫస్ట్ ఫ్లోర్ నుండి సడెన్ సడెన్ గా స్కిప్ బటన్ నొక్కినట్టు కిందకు

వచ్చేస్తుంది. కిందకు వచ్చింది కానీ ఎక్కడుందని చూస్తుంటే ఒక్కసారిగా ఇంటి కిటికీలోంచి ఆంటీ జుట్టు వదిలేసి మావైపు చూస్తూ నిలబడి కనిపించింది. ఆ కాస్త వెలుతురులో విరబోసిన జుట్టు, కళ్ళు మాత్రమే కనిపించేసరికి ఇద్దరం ఒకరి చేతులు ఒకరం పట్టుకుని మనకు ఇక్కడ కూడా సేఫ్టీ లేదంటూ గుడి వైపు పరుగు తీశాము.

ఈ ఊరి దుర్మార్గులు గుడి గేటుకు రకరకాల దారాలు కట్టి తాళం వేశారు. ఇదేం దారుణంరా దేవుడా.., గుడికి తాళాలు వేశారు, ఊరు మూసేసారు. మమ్మల్ని బలివ్వడానికే ఇదంతా చేసినట్లు ఉందని భారం ఆ దేవుడి పైనే వేసి అలా గుడి దగ్గరే బయట కూలబడ్డాము.

చీకటి లోకంలో మిగిలిన మనుషుల్లా ఉంది మా పరిస్థితి. మేమిద్దరమే అనాధలుగా ఊర్లో మిగిలాము. దేవుడు కూడా గుడికి తాయత్తులు వేసుకుని లోపల దాక్కున్నాడు. చేసేదేముంది తెల్లారేదాక చావకుండా మిగిల్తే మరో జన్మ అనుకుందామని లోలోపల నాతో నేనే మాట్లాడుకుంటూ జానీ తో

"ఏదైనా కథ చెప్పు గురు కాస్త ఈ హర్రర్ నుండి సైడ్ అవుతా" అని అడిగాను.

చస్తామో బ్రతుకుతామో తెలియక ఒకవైపు భయంతో హడలిపోతుంటే నీకు కథ కావాలా అన్నట్లు ఒక చిర్రెత్తిన చూపు చూశాడు.

"పోయేట్టున్న ఈ భయంతో కన్నా కాస్త ఎంటర్టైన్మెంట్ తో పోదాం చెప్పు గురు" అంటూ జానీని మళ్ళీ అడిగాను.

"ఒక ఊరిలో ఒక చిన్న కుటుంబం ఉంది. అమ్మ నాన్న ఇద్దరు మగ పిల్లలు" అని జానీ స్టార్ట్ చేయగానే ఇదేదో సరదా ఫ్యామిలీ డ్రామా, కాస్త టైం పాస్ అవుతుందనుకుని బుద్ధిగా 'ఊ' కొడుతున్నాను..

"ఇద్దరి పిల్లలతో చక్కగా సాగుతుంది అనుకుంటే ఒకరోజు అకస్మాత్తుగా ఆ తండ్రి ఇంట్లోనే కాలు జారి పడ్డాడు. చిన్న దెబ్బేగా అనుకున్నారు కానీ దెబ్బ తీవ్రత పెరిగి, అసలు కదల్లేని పరిస్థితికి వచ్చాడు. అలా రోజులు గడిచేకొద్దీ మాట మాట్లాడటం ఆగిపోయింది. క్రమేపీ ఒక్కో సమస్య పెరిగి ఆరోగ్యం క్షీణించిన భర్త మంచానికే పరిమితం అవడంతో కుటుంబ భారం ఆయన భార్య పై పడింది. అలా చాలా రోజులు బాధ పడ్డాక ఒకరోజు ఆయన తన భార్యను పిలిచి ఆమె చెవిలో 'పిల్లలకు పెళ్ళి వద్దు' అని అర్థమయ్యి అర్థం కాకుండా నత్తి నత్తిగా ఏదేదో చెప్పి తెల్లారేసరికి రక్తపు వాంతులు చేసుకుని చనిపోయాడు. ఆమె అదేమీ పట్టించుకోకుండా ఆయన ఎందుకలా చెప్పాడో ఆలోచించకుండా వయసు రాగానే కొడుకులకు పెళ్ళి చేసింది. కుటుంబాన్ని చక్కగా చూసుకునే అమ్మ, ఆమె మాట జవ దాటని కొడుకులు కోడళ్ళతో చూడముచ్చటగా

సంసారం సాగిపోతుంది. కానీ ఆ తర్వాతనే అసలు సమస్య మొదలైంది. కాల క్రమంలో ఆ ఇద్దరు కోడళ్లు గర్భిని అవ్వడం, నెలల్లో పిల్లలు చనిపోవడం, లేదంటే చనిపోయి పుట్టడం, పుట్టాక చనిపోవడం, అబార్షన్స్ అవ్వడం అలా ప్రతీసారీ జరుగుతుంది. ఇదిలా ఉంటే లాభం లేదని వారసుల కోసం డాక్టర్లకి లక్షల డబ్బులు పోశారు కానీ ఫలితం లేదు. ఏదైనా దోషమా అని ఎన్నో రకాల పూజలు, యాగాలు కూడా చేశారు. చివరిగా తండ్రి చనిపోయిన ఇల్లు పడేసి అక్కడే కొత్త ఇల్లు కట్టారు. ఒకవైపు పిల్లలు పుడుతూనే చనిపోతుండటంతో ఒక్కో కాన్పుకు ఒక్కో మార్పు చేయడం జరుగుతూనే ఉంది. సంపాదించినదంతా పిల్లలు పుట్టేందుకే ఖర్చు చేశారు. వాళ్ళ అమ్మ కోరిక ఏంటంటే తన భర్త ఆ పిల్లల కడుపున పుట్టాలని. కానీ ఒక్క బిడ్డ కూడా మిగలడం లేదు. పక్కన వాళ్ళు ఇదేదైనా భూత ప్రేత ప్రభావమేమోనని భయానికి గురి చేస్తే అందులో కూడా అన్ని నవరణా మార్గాలు ప్రయత్నం చేస్తున్నారు. అలాంటి ఒక ప్రయత్నంలో భాగంగా ఒక అవివేకి వచ్చి ఎప్పటి నుండో ఆ ఇంట్లో ఉంటూ ఉన్న వాళ్ళ నాన్న ఆత్మను బంధించాడు. వాళ్ళు కూడా ఆయన ప్రేతాత్మగా మారి అక్కడ ఉండటం వల్లే పిల్లలు పుట్టి చనిపోతున్నారేమో అనుకుని ఈ మాంత్రికుడి మాయ మాటలు నమ్మారు. కానీ ఆ ఇంటికి కాపలానే ఆ తండ్రి ఆత్మ. ఆ ఇంట్లోని పిశాచాలు ఆయన్ని బలి తీసుకుంటే కుటుంబం మీద ప్రేమ తగ్గని ఆయన ఆత్మగా మారి ఆ పిశాచాల బారి నుండి తన కుటుంబానికి ప్రాణ హాని కలగకుండా అడ్డు పడుతున్నాడు. ఎప్పుడైతే కొత్త సభ్యులు ఇంట్లోకి వచ్చారో అప్పటి నుండి ఆ పిశాచాలు ఆంటీని వశం చేసుకుని ఆటలు మొదలెట్టాయి. కొత్తగా పుట్టే పిండాలను అవి తినేస్తున్నాయి. ఆ తండ్రి తన భార్య, కొడుకులను కాపాడుకుంటున్నాడు. ఇప్పుడు ఆ తండ్రి ఆత్మ బంధీ అయ్యింది కాబట్టి ఆ పిశాచాలు ఇన్నేళ్ల వాటి రక్త దాహాన్ని తీర్చుకుంటాయి. ఆ కుటుంబం మొత్తం చావుకి స్వాగతం పలికి చూస్తున్నారు" అంటూ... ఆపి నావైపు చూసాడు.

ఎప్పుడైతే పిశాచి అనే మాట వినపడిందో అప్పుడే నా మాట పడిపోయింది. అసలు ఈ భయం నుండి బయటకు రావాలని కథ చెప్పమంటే ఏకంగా రక్త పిశాచి కథ చెప్పి ఇంకా వణుకు పెంచాడు. మధ్యలోనే నేను గోళీలు, గుండె జాగ్రత్తగా పట్టుకుని మూసుకుని ముడుక్కుని ఉండిపోయాను. కథ ముగించి నన్ను చేత్తో ఒక్కటి చరిచి ఏంటి బిగుసుకు పోయావని అన్నాడు.

"నువ్వు ఆ దెయ్యం కన్నా పెద్ద సైకో గాడివి, హర్రర్ పొయ్యేలాగా చెప్పమంటే హర్రర్ తో పోయేలాగా పిశాచాల కథ చెప్తావా" అంటూ జానీ పై విరుచుకుపడ్డాను.

"నువ్వేగా చెప్పమని అడిగింది, దానికి నేను చెప్పానంతే" అని జానీ అంటుంటే..

"నీ యంకమ్మ నేను దెయ్యం కథ చెప్పమన్నాన" అని కొడతానంటూ చెయ్యెత్తాను.

"ఇందాక కారు దగ్గర ఆ ఫోటోలో ఆత్మ స్టోరీ అడిగావు, ఇప్పుడేమో ఏదో ఒక స్టోరీ అన్నావు అందుకే రెండూ కలిసొచ్చేలా ఉన్న స్టోరీనే ఇలా అర్థమయ్యేలా చెప్పాను" అన్నాడు.

అంటే నువ్వు చెప్పిన రక్త పిశాచాల స్టోరీ మొత్తం.....(నా మాట ఆగిపోయింది)

"అవును ఇప్పుడు చెప్పినదంతా మన ముందున్న ఇంటి స్టోరీనే.." అంటూ భయాన్ని ఒక్క స్టోరీతో టన్నుల్లో ఎక్కించేసాడు. ఫైనల్ గా మాకిది ఆఖరి రోజని అర్థమయ్యింది. అరే జానీ నిన్ను బుద్ధి తక్కువయ్యి అడిగానంటూ నా రెండు చెంపలూ చెల్లు మనిపించుకుంటుండగా ఆ ఇంటి తలుపులు తెరుచుకున్న సౌండ్ చుట్టూరా ఉన్న అర్ధరాత్రి నిశ్శబ్దం దెబ్బకు డిటీఎస్ లో వినిపించింది.

* * *

తలుపులు తెరుచుకుని గుమ్మం నుండి వస్తున్న లైట్ లో ఓ భయంకర భారీకాయం బయటకు వస్తున్నట్లు తెలుస్తుంటే రయ్యిన గాలి గుయ్యమని మాకు తగులుకుంటూ వెళ్ళి ఆగిపోయింది.

"ఆ దెయ్యం బయటకు వస్తుందా జానీ" అని నేను.

"వచ్చినా మనం చేసేదేం లేదు" అని జానీ గొణుక్కుంటూ ఇద్దరం గట్టిగా చేతులు పట్టుకుని చూస్తుంటే బాబాయ్ స్టిఫ్ గా స్ట్రైట్ గా అడుగులో అడుగు వేస్తూ బయటకు వచ్చాడు.

"అరే వీడు మన బాబాయ్ జానీ" అంటూ నేను పిలవబోతే.

"ఆగాగు నడక తీరు తేడాగా ఉంది, దెయ్యమే బాబాయ్ వేషంలో వచ్చిందేమో" అని కొత్త అనుమానం లేపాడు.

ఒక్కసారిగా హుషారుగా లేచిన గొంతు బొంగురు పోయి చతికిల పడింది. బయటకు వచ్చి కారు దగ్గర నిలబడి అటు ఇటు చూస్తూ మాకోసమే ఎతుకుతూ వున్నాడు. దొరికితే మా రక్తం కూడా స్ట్రా వేసుకుని జుర్రేస్తుందేమోనని కనిపించకుండా గుడి గోడ నీడలో నక్కి ఉన్నాము. రెండు నిమిషాలు అటు ఇటు చూసిన తరువాత కారుకి ఆనుకుని జేబులో చెయ్యిపెట్టి ఒక సిగరెట్ తీసి నోట్లో పెట్టి వెలిగించాడు.

"ఓరినీ..! వీడు మన బాబాయే జానీ నువ్వు అనవసరంగా టెన్షన్ పెట్టావు" అంటూ లేచి ముందుకు వెళ్లబోతే ఇంకోసారి చూద్దాం ఆగంటూ జానీ నన్ను వెనక్కి లాగాడు.

"లేదు నా మాట విను జానీ అది దెయ్యం కాదు వంద శాతం మన జొల్లు బాబాయే. అదిగో చీకట్లో కూడా ఉన్న కాస్తో కూస్తో లైట్ వెలుతురులో సిగరెట్ పొగతో పాటు

పోటీగా తుంపరలు కూడా వస్తున్నాయి చూడు" అంటూ లేచి జానీని లాక్కుంటూ బాబాయి దగ్గరకు తీసుకెళ్లాను.

గుప్పు గుప్పున దమ్ము లాగుతూ, ప్యాంటు పైకి పీకుతూ, వేలాడే పొట్టను రుద్దుకుంటూ, ఆనందిస్తూ ఉంటే మేము అలా దగ్గరకు పోయే లోపే కాలు కాస్త పక్కకు జరిపి పిర్ర సైడుకు సర్ది 'దుర్' మని ఒక బాంబు వదిలాడు. ఇంకేం వెయ్యి శాతం మన బాబాయే అనుకుంటూ "కాస్త వెనక ముందు చూసుకుని బాంబులు వెయ్యి బాబాయ్, నీ దెబ్బకు మా మూలాలు కూడా కదిలిపోతున్నాయి" అంటూ ఎదురుగా నిలబడ్డాము.

"అరేయ్ అబ్బాయ్ ఏమైపోయారు మీరు? మంచి ఛాన్స్ మిస్సయ్యారు తెలుసా..? రమ్మంటే రాకుండా ఎటుపోయారు?" అంటూ అమాయకంగా అడిగాడు.

"నీకసలు విషయం తెలీక పార్టీలు చేసుకుంటున్నావు బాబాయ్, అసలు... ఆ ఆంటీ గారూ..." అని జానీ చెప్పబోతుంటే.

"ఆపబ్బాయ్ నాకంతా తెలుసు మీరేం చెప్పొద్దు. ఆమె నాపై మనసు పారేసుకుంది" అంతేగా అంటూ మగతనపు ముసలి దర్పం చూపే ప్రయత్నం చేశాడు.

"అయ్యో బాబాయ్ అదీ.. ఆవిడ.." అని చెప్పబోతున్న నన్ను కూడా ఓవర్టేక్ చేసి మరీ...

"ఇదిగో అబ్బాయిలు ఇప్పుడు నేను అర్జెంటుగా లోపలికెళ్ళాలి, మెయిన్ మ్యాటర్ ఇంకా బ్యాలన్స్ ఉంది. నాకోసం ఆమె విరహంతో వెయిటింగ్ అక్కడ. ఏదో పోనీలే పాపం పిల్లలు చెరొక చికెన్ ముక్క ఇచ్చి పంపుదాం చీక్కుంటూ ఉంటారనుకున్నాను. సర్లే ఇందాక రాకపోతే రాలేదు కానీ ఇప్పుడు మాత్రం అస్సలు రాకండి ముందే చెప్తున్నా" అంటూ తుర్రుమని జారుకునే పనిలో వున్నాడు.

అయ్యో ఈ బాబాయ్ వినేలాగా లేదని మాకర్థమయ్యి ఇద్దరం సైగ చేసుకుని, చెరొక చెయ్యి పట్టుకుని బాబాయిని బలవంతంగా కారుకి ఆనిచ్చి నిలబెట్టాము.

"ఒరేయ్ చాలా రోజుల తర్వాత రాక రాక ఛాన్స్ వస్తే మీరేంట్రా ఇలా తగులుకున్నారు. నా ఫిగర్ నాకోసం ఈగర్లీ వెయిటింగ్ లో ఉంది. మీకో దండం నన్ను పోనివ్వండిరా.." అంటూ మావైపు వదిలేయమని జాలిగా మొహం పెట్టి చూసాడు.

"నువ్వు జాలిగా మొహం పెట్టి జాలీ చెయ్యడానికి వెళ్తే ఆ తర్వాత మేము నిన్ను జాలిగా చూడాల్సొస్తుంది. ముందు నిజం తెలుసుకో" అంటూ వెబ్ సిరీస్ లో ఎపిసోడ్ కి ముందుగా వచ్చే స్టోరీ ఫార్వర్డ్ లాగా ఒక సీన్ వేసాము. సీన్ అవ్వగానే చేతులు వదిలేసి 'ఇక పో..' అన్నట్టు నిల్చున్నాం. మేము చేతులు వదలగానే బాబాయ్ మా ఇద్దరి చేతులను గట్టిగా పట్టుకుని....

"ఏం...టీ...! ఇప్పటిదాకా నేను దెయ్యంతో డేటింగ్ చేసానా...? పార్టీ అనుకున్నాను కానీ పైకే పోయే ప్లాన్ చేసిందా" అంటూ వుండగానే బాబాయ్ మిగిల్చిన బాటిల్ ఖాళీ చేసి బయటకు విసిరి ఒక తలుపు తెరిచి బాబాయిని లోపలికి రమ్మని ఆంటీ క్యూట్ గా నాటీ సైగలు చేస్తుంది.

మా మినీ షో చూసిన తరువాత "ప్లీజ్..! నేను మీతో బయటే వుంటానురా లోపలికి పోను" అంటూ మారాం చేస్తున్న బాబాయ్ తో

"అయ్యో అలా అంటే ఎలా బాబాయ్..! ఆంటీ పిలుస్తుంది పో.. లోపలికి వెళ్లి నీ సత్తా చూపించు.." అని చిన్నగా ముందుకు తోసాను.

"ఒరేయ్ నన్ను పైకి పంపే ప్లాన్ చేసేసారు కదా.. మందు మంచింగ్ చూసి టెంప్ట్ అయ్యాను కానీ నెక్స్ట నేనే మంచింగ్ అయిపోతానని అనుకోలేదు. చచ్చిపోతే అందరం కలిసే పోదాము. నేను ఒక్కడిని మటుకు లోపలికి పోనే పోను. అసలు ఇదంతా పొద్దున గొడవపడ్డ ఎండు మిర్చి పండు ముసలి శాపనార్థాల వల్లే. పిండం పీనుగా అంటూ ఏదేదో వాగింది. ఈ రాత్రి తెల్లారితే ముసలి దానికి నేనే పిండం పెడతాను. అప్పటిదాకా మీరు నన్ను లోపలికి పంపకండి రా.. ప్లీజ్"అంటూ మా ఇద్దరి చేతులు వదలకుండా ఇంకా గట్టిగా పట్టుకున్నాడు.

అర్ధరాత్రి కావొస్తుంది, భయంతో బాబాయ్ మా చేతులను గట్టిగా వదలకుండా రక్త ప్రసరణ ఆగిపోయేలా పట్టుకున్నాడు. జానీకి నాకు మధ్య కొక్కెంలా తయారయ్యాడు. మేమెటు కదలాలన్నా బాబాయ్ తుమ్మబంక లాగా అంటి పెట్టుకునే ఉన్నాడు. బాబాయ్ దయచేసి కాస్త ఒదులుగా పట్టుకో మా చేతులు వాచి ఒరుచుకుపోతున్నాయని వాపోయాము. అయినా ఆయన భయం ఆయనదే గానీ మా నొప్పి పట్టల్లేదు. అందుకే చివరికి మేమే ఆయన చేతుల నుండి విడిపించుకుని అలా మా చేతుల్ని విదిలించామో లేదో ఇంతలోపే పై నుండి బాబోయ్.. వదిలే..య్.. బాబోయ్.. బాబోయంటూ పెద్దగా కేకలు వినిపించాయి. ఆ కేకల దెబ్బకు బాబాయ్ మళ్ళీ మా చేతుల్ని పిసకడం మొదలెట్టాడు.

పైన జీవన్, జాకోబ్ ల పరిస్థితి ఏమయ్యిందోనని పరుగు తీయబోతే ఇంట్లోకి పోవడమంటే దెయ్యం గూట్లోకి నేరుగా వెళ్లడమే. మనం ఇక్కడే ఉందామని బాబాయ్ అంటుంటే

"ఏహే.. వదులు బాబాయ్, పైన మనోళ్ళకు ఏమయిందో ఏమో" అని మేము పరుగు తీయబోయే సరికి ఆంటీ గది కిటికీ చటుక్కున తెరుచుకుంది. దెబ్బకు మమ్మల్ని తోసేస్తూ 'పదండ్ర త్వరగా' అంటూ బాబాయ్ మా కన్నా ముందే హుస్సేన్ బోల్ట్ లాగా ఫస్ట్ ఫ్లోర్ కి ఉరికెత్తాడు.

తలుపులు వేసేసి ఉన్నాయి. మేము తలుపులు తట్టినా, నెట్టినా ప్రయోజనం లేదు. లోపల మటుకు భయంతో అరుపులు వినిపిస్తూనే ఉన్నాయి. బాబాయ్ "రేయ్ జీవన్.. రేయ్ జీవన్.. జాకోబ్.." అంటూ అరుస్తూ తిరుగుతూ 'ఎలాగోలా తెరవండ్రా' అంటూ మమ్మల్ని బాదుతూ మా వీపుల పై ఆయన అరచేతి ముద్రలు వేస్తున్నాడు.

"బాబాయ్ అసలేం చేస్తున్నావ్" అంటూ జానీ బాబాయిని ముందుకు తెచ్చి

"ఇవిగో తలుపులు, ఆ బాదుడేదో ఇక్కడ బాది వాటిని బద్దలు కొట్టు" అంటూ నన్ను కూడా వెనక్కి లాగాడు.

జొల్లుని ఒక గుటకేసి "ఏంట్రా నేనంటే మీకు తమాషాగా ఉందా" అంటూ నాలుగడుగులు వెనక్కేసి 'ధబేల్' మని కట్టప్ప లాగా తలుపును ఒక గుద్దు గుద్దాడు. నిజానికి ఆవేశంలో బాబాయ్ గుద్దిన గుద్దుడుకు ఆ భుజం నుజ్జు నుజ్జు అయిపోవాలి కానీ తలుపు తెరుచుకుని బాబాయ్ లోపలికి పోయి పడ్డాడు.

సీను సిట్యుయేషన్ మర్చిపోయిన డబ్బింగ్ యాక్టర్ లాగా మేమిద్దరం అవాక్కయ్యి ఆశ్చర్యంతో నోరు తెరిచే నిలబడ్డాము. బాహుబలిని గెలిపించిన కట్టప్ప లాగా బాబాయ్ లేచి నిలబడి మా వైపు చూస్తూ 'ఇది రా నా పవర్' అన్నట్లు భుజాన్ని చరుచుకుంటున్నాడు. నిజమే బాబాయిలో ఇంత బలం ఎక్కడి నుంచి వచ్చిందా అనుకుంటూ మేమిద్దరం కూడా బాబాయ్ భుజబలానికి సాదరంగా సెల్యూట్ చేసేలోపే అప్పటిదాకా కట్టప్ప లాగా ధీమాగా ఉన్న బాబాయ్ ఒక్కసారిగా మాటలు, చేతలు అన్నీ ఆపేసి స్టాట్యూలా నిలబడ్డాడు.

"ఏమైంది బాబాయ్" అంటూ జానీ ఒక కేకేసి, ఈ బాబాయికి ఏమైంది, ఉలుకు పలుకు లేదు గుండె ఆగి చచ్చాడా ఏంటి..? అనుకుంటూ అడుగు లోపలికి పెట్టామో లేదో ఎదురుగా దెయ్యం నీడ కన్పించింది. ఇంతలో లీకైన మున్సిపల్ ట్యాప్ లాగా ప్యాంట్ లోంచి ఫ్లోర్ మొత్తం తడుపుతూ కొళాయి తిప్పేసాడు మన డేరింగ్ కట్టప్ప.

మేము భయాన్ని నియంత్రించుకుంటూ నిదానంగా జాకబ్ జీవన్ ల వైపు చూశాం. జాకోబ్ దగ్గర ఉన్న బైబిల్ కింద పడిపోయి మెడలో వేసుకున్న తెల్ల తుండు, సిలువ లాకెట్ అన్నీ చెల్లా చెదురై పోయి దూరంగా విసిరేసి ఉన్నాయి. జాకోబ్ మొహం చూస్తే డైరెక్ట్ గా వాషింగ్ మెషిన్ లో వేసి తిప్పి తీసినట్టుగా ఉంది. సరిగ్గా ఆరి ఆరని, ముడతలు ముడతలుగా ఉన్న డ్రెస్ తోటి, భయంతో తన నోరు తానే మూసుకుని, గుడ్లు పెద్దవి చేసి, ఆయాస పడుతూ, రొప్పుతూ జీవన్ వైపు చేయి చూపిస్తున్నాడు. ఇలాంటి సీన్ చూసిన తర్వాత జీవన్ పరిస్థితిని ఊహించే ధైర్యం కూడా చేయలేం. అయినా రోట్లో తలకాయ పెట్టినట్లు అయిపోయింది మా పరిస్థితి, రోకలి పోటిక తప్పదనుకుంటూ జీవన్ వైపు మెల్లగా తల తిప్పి చూసాము.

చుట్టూ పెట్టుకున్న రంగురాళ్లన్నీ నేల మీద పడిపోయి, చేతికి ఉండాల్సిన దారాలు మెడలోని దండలన్నీ తెగిపోయి, పది కుక్కలు పడేసి కరిచినట్లు ఎలా పడితే అలా ఉన్నాడు. ఒంటిమీద వేసుకున్న బట్టలు చిరిగిపోయి ఎవరో పగబట్టి దారుణంగా కొట్టేసినట్టు, బెంబేలెత్తి బెడ్ మూలకెళ్లి దాక్కుని, భయం భయంగా అర్థం కాని మంత్రాలు చదువుతూ, ఆ పడిపోయిన రాళ్ల వైపు చూస్తున్నాడు. ఇద్దరూ కూడా చావు భయంతో వణికి పోతున్నారు.

అప్పటికే పరిస్థితి తెలిసిన మేము ఏం జరిగిందని అడిగే ధైర్యం కూడా చేయలేక వెంటనే జీవన్ జాకోబ్ ల చేతులు పట్టుకుని కిందకి తీసుకెళ్లేందుకు పూనుకున్నాము. మరోవైపు దెయ్యం దెబ్బ రుచి చూసిన భయంతో జీవన్ అయితే దొరికిందే సందని మా వెనకాల నడిచేందుకు లేచి నిలబడి బోరున ఏడవటం మొదలుపెట్టాడు. మీరు రాకపోయి ఉంటే మేమిద్దరం ఏమయ్యేవాళ్ళం అన్నట్లు కృతజ్ఞతగా చూసారు.

"ముందు బయటకెళ్లి మాట్లాడుకుందాం, ఇక్కడ ఉండటం క్షణం కూడా సేఫ్ కాదు" అని బయటకు అడుగేస్తుంటే ఉచ్చ మడుగులో బాబాయ్ అక్కడే అలాగే అడ్డంగా నిలబడే ఉన్నాడు.

"ఇదిగో బాబాయ్ త్వరగా పద" అంటూ చెయ్యి పట్టుకుని లాగాను.

కూరుకున్న ఊబిలోంచి బయటికి వచ్చిన వాడిలా ఒక్కసారిగా రూమంతా దద్దరిల్లే లాగా శబ్దం చేస్తూ ఊపిరి పీల్చుకున్నాడు. బాబాయ్ చేసిన శబ్దానికి అసలే భయంతో వణుకుతున్న జీవన్, జాకోబ్ లు వెనక్కి తిరగకుండా కిందకు పరుగు తీశారు.

ఈజిప్ట్ మమ్మీ రీబోన్ లాగా "హై.. హై.. నేనింకా బతికే ఉన్నానబ్బాయ్" అన్నాడు. ఉచ్చ పోసి ఆయన చేసిన రచ్చ చూసుకుంటూ "గచ్చంతా గబ్బు గబ్బు చేసానయ్యా ఏమనుకోమాకే. ఇదంతా అనుకోకుండా జరిగిపోయింది, పెద్ద వయసయ్యింది కదా అలా పోసేసానులే" అని కబుర్లు చెప్తున్నాడు.

"బాబాయ్ ఇప్పుడు చేసిన రచ్చ చాలు. మన జానీ, జీవన్ జాకోబ్ లను తీసుకొని ఆల్రెడీ కిందకెళ్ళాడు. నువ్వు త్వరగా కానిస్తే మనం ఈ దెయ్యం కొంపలోంచి బయటపడొచ్చు. పో.., పొయ్యి ఆ ప్యాంట్ మీద కాసిని నీళ్లు పోసుకో కంపు భరించలేకుండా ఉంది" అని బాత్రూంకి సాగనంపాను.

బాబాయ్ తడిచిన ప్యాంటును తుడుచుకుంటూ 'కడుక్కొని వస్తా' అంటూ బాత్రూంలోకి దూరి ఎంతకీ బయటకు రాలేదు. ఇక్కడ ఒక్కడినే ఉండాలంటే ముందు నాకు తడిచిపోతుంది. ఈ బాబాయ్ త్వరగా రాకుండా లోపల ఏం చేస్తున్నాడో, నాకు బుద్ధి తక్కువయ్యి పంపాను. ఉచ్చ కంపు కాస్త భరిస్తే పోయేదనుకుంటూ రమ్మని అరుస్తూనే

వున్నా కానీ బాబాయ్ నుండి నో రెస్పాన్స్. మెల్లగా బాత్రూం దగ్గరకు పోయి, బాబాయ్ ఎలాగూ గొళ్ళెం వేసుకోకపోవడంతో డోర్ ని శబ్దం రాకుండా తీసి చూసాను. ఇవతల దెయ్యం భయంతో అంతా హడలెత్తి పోతుంటే బాబాయ్ మటుకు ఆ లెట్రిన్ సీటు మీద కూర్చుని తల కింద చెయ్యిపెట్టుకుని నిద్రపోతున్నాడు.

* * *

పీపాలు పీపాలు తాగి, పొట్ట పగిలేదాకా తిని ఇప్పుడిలా స్పృహ కోల్పోయాడు. ఈ స్థితిలో ఉన్నవాడికి నా అరుపులు మాత్రం ఎంతవరకు వినిపిస్తాయి. అందుకే మెల్లగా దగ్గరకెళ్లి "బాబాయ్ ఆంటీ మీకోసం వచ్చింది" అని చెవికి దగ్గరగా కాస్త బిగ్గరగా అన్నాను. మొహం మీద ఐస్ వాటర్ కొట్టినట్లు ఉలిక్కిపడి లేచి స్కూల్ పిల్లాడిలా అటెన్షన్లో నిలబడ్డాడు. ప్యాంట్ కడుక్కుని ఆరేందుకు బటన్ పెట్టుకోకుండా లూజుగా ఉంచుకున్నాడు, అదేమో జారిపోయింది.

"బాబోయ్ నా వల్ల కాదబ్బాయ్ కాపాడు కాపాడు" అంటూ అలానే అడుగులు వేసే ప్రయత్నం చేసాడు. పొడవాటి చొక్కా కావడం వల్ల అఘాయిత్యం చూసే ప్రమాదం కాస్తలో తప్పింది. లేదంటే ఎయిర్ ఫ్రీ బాబాయ్ దెబ్బకు నాకు మూర్ఛ వచ్చేసేది.

"ముందు ఆ ప్యాంటు వేసుకో, నిన్నిలా చూస్తే ఆ దెయ్యానికి కూడా చిర్రెత్తి మెంటలొస్తుంది. అయినా ఇలాంటి భీకర పరిస్థితిలో అదీ బాత్రూంలో నీకు నిద్రెలా పట్టింది బాబాయ్.. కాస్తన్నా సిగ్గు లేదు నీకు, త్వరగా రా వెళ్దాం" అని బయటకు వెళ్లేందుకు చూడగానే తలుపు మూసేసి ఉంది.

ఈ తలుపులెవరు వేశారు. ఇప్పుడు మన పరిస్థితి ఏంటని అనుకుంటుంటే కంగారు భయం కలిసిన ఫీల్ తో బాబాయ్ నా చొక్కా గట్టిగా పట్టుకుని చించేస్తున్నాడు. సరే ఎలాగైనా తలుపు దగ్గరకు వెల్దాము. అక్కడకు వెళ్తేనే కదా మనం బయట పడేదనుకుంటూ.. మెల్లగా చుట్టూ చూస్తూ అడుగులో అడుగేస్తూ బాబాయ్ వెనక్కు లాగుతున్నా ముందుకు వెళ్ళాను.

తలుపు నిదానంగా లాగి చూసాము. బయట ఎవరైనా గడియ పెట్టారా..? ఇప్పటిదాకా తెరిచే వుంది కదా, ఇంతలోపే ఎవరు మూసేసారని గట్టిగా లాగే ప్రయత్నం చేస్తుండగా ఇంటి వెనుక, బాత్రూమ్ అవతలి నుండి మూలుగు శబ్దం వినిపిస్తోంది. మేము తలుపు లాగే కొద్దీ అది కూడా పెరుగుతుంది. మాకిప్పుడు జీవన్, జాకోబ్ లకు వేసిన స్పెషల్ షో కంటిన్యూ అవుతుందని అర్థమయ్యి తలుపుని ఎడా పెడా బాదుతూ లాగాను. బాబాయ్ కూడా సాయం పేరుతో తలుపు లాగుతున్నట్లు వెనుక నుండి నన్ను లాగుతున్నాడు.

"ఇందాక కట్టప్పలాగా షో చేసి ఇప్పుడేమో కంగారు పడుతూ నా దుంప తెంచుతున్నావు.

కాస్త ఆ తలుపుని లాగు, నన్ను కాదు" అంటూ బాబాయిని కూడా ముందుకే లాగి తలుపు బద్దలు కొట్టయినా బయటపడాలని చూస్తున్నాం..

ఈ తలుపు తెరుచుకోకుంటే గ్రైండర్లో పడిన మినప గుండ్లు లాగా గుజ్జు గుజ్జు అయిపోతాము. ఈ బాబాయితో అన్నీ తిప్పలే. "ల్యాగు చెయ్యకుండా గట్టిగా లాగు బాబాయ్" అంటూ ఇద్దరం మా బలాన్ని తీవ్రంగా వాడి తలుపు తెరిచే ప్రయత్నం చేస్తున్నాం.

వెనుక నుండి ఏదో నీడ దగ్గరకొస్తుంది, మూలుగు పెరుగుతుంది, ఈ తలుపేమో తెరుచుకోకుంది. నా కాళ్ళలో వణుకు మొదలయ్యి, బ్రతుకు మీద ఆశలు పోతున్నాయి. ఆరిపోయే దీపపు కుందెలో కాలిపోయే ఒత్తిని కాపాడుతూ కాసింత నూనె ఒలికి పడినట్టు ఆఖరి క్షణాల్లో ఈ తలుపు కరుణించింది. 'పరుగులు తీయ్.. పరుగులు తీయ్..' మర్యాద రామన్నను తలచుకుని క్షణం ఆలస్యం చెయ్యకుండా మెరుపు వేగంతో గుమ్మం దాటి కిందకు పరుగు తీశాము. వెనుకకు తిరిగి కూడా మేము చూడలేదు. అసలీ బాబాయైతే నన్ను కూడా వదిలేసి పరుగెత్తాడు.

బుల్లెట్ స్పీడ్ లో వెళ్తున్న ట్రైన్ కి ఎమెర్జెన్సీ అలెర్ట్ రెడ్ సిగ్నల్ పడ్డట్టు మా ఎదురుగా మెట్లు కింద జుట్టు విరబోసుకుని ఎస్కేపింగ్ సీన్లో ఆంటీ అకస్మాత్తు ఎంట్రీ ఇచ్చింది. ఇక అయిపోయింది అడ్డంగా దొరికేసాం. ఎదురుగా చిక్కి తప్పించుకునే పరిస్థితి లేక, నా కన్నా ముందే నన్నొదిలి ఉరికిన బాబాయ్ వీరుడు నిదానంగా అడుగులు వెనక్కేసి నా పక్కన నిలబడ్డాడు.

"హమ్మ బాబోయ్, నీ దెయ్యం డార్లింగ్ వచ్చేసింది బాబాయ్. ఎలాగైనా సరే దీన్ని నువ్వే హ్యాండిల్ చేయగలవు. ఇక అంతా నీ చేతిలోనే ఉంది" అని బాబాయిని మళ్ళీ కాస్త ముందుకు నెట్టాను.

"హ తూచ్ అబ్బాయ్.. ఇందాకంటే తెలీదు, కానీ ఇప్పుడు దెయ్యమని తెలిసి తెలిసి దీంతో ఎలా మాట్లాడాలబ్బాయ్" అంటూ వెనకడుగేసే ప్రయత్నం చేస్తుంటే బాబాయిని పుష్ చేసేందుకు

"ఏదేమైనా బాబాయ్ దీన్ని హ్యాండిల్ చేయగల డేరింగ్ డాష్ వి నువ్వే. ఈ దెయ్యాన్ని ఎలాగోలా సైడ్ చేస్తే మనం ముందు ఈ ఇంటి నుండి బయటపడి తర్వాత ఈ ఊరు కూడా దాటేయొచ్చు. ఇప్పుడు ఈ సినిమాలో హీరో నువ్వే, నువ్వు చేసే టెంప్టింగ్ ని బట్టి మనం బయటపడటం ఆధారపడి ఉంటుంది" అంటూ బాబాయికి హీరో ఎలివేషన్ ఇచ్చా.

అద్దెకు తెచ్చుకున్న ఇరుకైన కొత్త సూట్లో బాబాయ్ సీనులో ఇన్వాల్వ్ అవ్వక తప్పలేదు.

ఒకవైపు కారు స్టార్ట్ చేసి మా కోసం చూస్తున్న జాజాజీలు ఏమవుతుందోనని అద్దాల నుంచి నక్కినక్కి చూస్తున్నారు. దెయ్యం ఆంటీ చూపు కారు మీద పడకూడదని ఇంజన్ ఆఫ్ చేసేసాడు జానీ. ఇప్పుడు బాబాయ్ వణుకుతూ, భయపడుతూ దెయ్యాన్ని డీల్ చేసేందుకు ముందుకెళ్లాలని క్రికెట్ ప్లేయర్ లాగా వామప్స్ చేస్తున్నాడు.

"నీకివన్నీ అక్కర్లేదు బాబాయ్ ఎందుకంటే ప్లేయర్ ఆంటీ కదా, నువ్వు జస్ట్ బంతివే" అన్నాను.

"అంటే నువ్వు నన్ను బంతిలా విసిరే వాడివా అబ్బాయ్" అంటూ ఇంకా టెన్షన్ పెంచేసుకుంటుంటే,

"అదేం లేదులే బాబాయ్ నేను నిన్ను క్యాచ్ పట్టుకుని కాపాడుతానుగా ముందు నువ్వెళ్ళు మగధీరా.." అంటూ ఒక్క తోపు తోసాను.

"ఏదైనా ఒకటేగా అబ్బాయ్ ఏసేవాడు క్యాచ్ పట్టేవాడు అని వేరు వేరుగా చెప్తున్నావే" అని గొణుగుతూ బయల్దేరాడు.

వెళ్తూ వెళ్తూ మెట్లుకి మొదట్లో పక్కనే ఉన్న పూల కుండీ నుంచి ఒక పువ్వు చటుక్కున తుంచాడు.

"ఆహా.. ఈ వయసులో కూడా నీ స్పీడు మామూలుగా లేదు బాబాయ్ నీకెందుకు నువ్వు దూసుకెళ్లిపో, రొమాన్స్ లో నిన్ను కొట్టేవాడే లేడు పో... నిన్ను ఆపేదెవ్వడు" అంటూ ప్రోత్సహించాను.

"ఎవుడో ఎందుకురా, కాస్త ముందుకు పోతే అదే కొట్టిద్దని నీక్కూడా తెలిసే వాగుతున్నావు కదరా, ఓవర్ యాక్షన్ ఆపరా బ్రతికుంటే బయట కలుసుకుందాం" అంటూ ముందుకెళ్లి ఆంటీ ముందర హీరోలా నిలిచాడు.

"ఎటెళ్లిపోయారు మీరు, మీకోసం ఇల్లంతా వెతుకుతున్నాను. అతనొక్కడే పైన రూములో కన్పిస్తే మనకి అనవసరమైన అడ్డమని తలుపు లాక్ చేసి వచ్చేసాను. అంతా రెడీగా ఉంది నీదే ఆలస్యం. ఏంటి డార్లింగ్ అలా చూస్తున్నావు, నేను మాట్లాడేది నీతోనే. అయినా అలా చూసేగా నన్ను పడేశావు" అని ఆంటీ అంటుంటే

'ఏంటీ నేనా' అని బాబాయ్ గుటకలు మింగుతూ నావైపు చూసి ఇదేనంట్రా లాక్ చేసిందని కళ్ళతో సైగ చేసి "హ..చూపుల్తోనా.. నేనా.. ఓ.. అవునవును.. పడేసా పడేసే ఉంటాను. నేను కూడా నీకోసమే చూస్తున్నా. అయినా ఏంటమ్మా నువ్విలా జుట్టు విరబోసుకునే ఉంటావా, అయ్యయ్యో ఎంత చిక్కు పడిపోయిందో చూడు, ఇదిగో నా దువ్వెన తీసుకోని శుభ్రంగా తలకి ఆ ప్యారాచూట్ ఆయిల్ రాసి, అందంగా రెండు జడలు వేసుకోని ఈ పువ్వు పెట్టుకో చూడ ముచ్చటగా ఉంటావు. పోమ్మా.. పో.. చెప్పిన

మాట విను. నేను గదిలో చూస్తూ ఉంటా నీకోసం" అనేసరికి ఆంటీ 'ఓ.. అలాగే..' అని నవ్వి ప్యారాచూట్ డబ్బా కోసం లోపలికెళ్తూ అనుమానంగా వెనక్కి తిరిగి చూసింది.

"ప్లీజ్ నువ్వెళ్ళు డార్లింగ్ అలా చూడకు..నేను చస్తా.. అదే విరహంతో" అని కవర్ చేసాడు.

ఆంటీ హీరోయినులా లూజ్ హెయిర్ విసురుతూ బాబాయ్ వైపు ఒక లుక్కేసింది. అలా సిగ్గుపడుతూ సిగ్గుకే భయం కలిగించే లాగా ముదురు వయసులో ముసలి ప్రేమ బాణాలను వదిలి లోపలికెళ్ళింది.

విరహపు గీతం చరమగీతంగా మారకముందే కారులోకి చేరుదామని శబ్దం రాకుండా అడుగులో అడుగు వేస్తూ కారు దగ్గరకు చేరాము. డోర్ తీసి లోపల కూర్చుని బాబాయ్ ఏడవటం మొదలెట్టాడు.

"నువ్వు మామూలోడివి కాదు బాబాయ్, దెయ్యాన్నే జడేసుకోమని దడ పుట్టించిన దాదావీ, వీరుడివి సూరుడివి శృంగార సార్వభౌముడివి అయ్యుండి ఇలా ఏడుస్తావే" అంటుంటే కారే నీళ్ళతో పాటు జొల్లు కూడా తుడుచుకుని.

"ఇలా ఎదవ ఎలివేషన్లు ఇచ్చేగా నన్ను ఇరికించావు. నువ్వేదైనా అంటావులే అబ్బాయ్, బంతి చేసి ఇసిరేసినోడివి నీకేం తెలుస్తుంది నా బాధ. అసలేందబ్బాయ్.., ఈ దెయ్యాలన్నీ జుట్టు అలా విరబోసుకునే ఉంటాయా..! ఒక్కతన్నా సక్కంగా జడేసుకోదా? ఆ ప్యారాచూట్ ఆయిల్ కంపెనీతో డీలు మాట్లాడి వీటన్నిటికీ మొహం పైకి కారేలా నూనె పెట్టి లాగి లాగి పిలకలు కట్టాలి. లేకపోతే సగం వీటి అవతారంతోనే జనాలు సస్తారు. ఎక్కడ లోపలికి లాక్కెళ్లిద్దేమోనని భయపడి చచ్చా, నా డెత్ బెడ్ ని నేనే కోరుకున్నట్టయింది నా పని" అంటూ లబో దిబోమని ఇంకా పెద్దగా ఏడ్చేసాడు.

"మేమెంత చెప్పినా వినకుండా సెట్ చేశా... మ్యాటర్... డిస్టర్బ్ చేయొద్దు... మీకు కుళ్లు.. మీరు రావొద్దు... గొప్ప ఛాన్స్ అంటూ రెచ్చిపోయింది నువ్వే కదా! నీకు ఇది సరైన శాస్తేలే" అంటూ జానీ బాబాయ్ బాధకి మరింత డోస్ పెంచాడు. అప్పటికే భయంతో వణుకుతూ ఉన్న జీవన్ జాకోబ్ లు ఏ మాటలు లేకుండా అదే భయం కంటిన్యూ చేస్తూ మా వైపు చూస్తున్నారు.

"ఊరు దాటితే తీరిగ్గా ఏడవచ్చు, ముందు కార్ స్టార్ట్ చేయండి" అని జానీకి చెప్పాను.

"అవునవును ముందు కార్ స్టార్ట్ చెయ్యండి" అంటూ బాబాయ్ సీట్లను ఊపడం మొదలుపెట్టాడు. జానీ కారు స్టార్ట్ చేద్దామని ఎంతగా ప్రయత్నం చేసినా కారు స్టార్ట్ అవ్వట్లేదు. ఏమైంది జానీ కార్ ఎందుకు స్టార్ట్ అవటం లేదు? త్వరగా స్టార్ట్ చెయ్యంటూ నలుగురం జానీ మీద ఒత్తిడి పెంచాము.

"ఎందుకు స్టార్టవడం లేదో నాకెలా తెలుస్తుంది. మీరందరూ ముందు సైలెంట్ గా ఉంటే అసలు ఏమైందో చూస్తా" అంటూ జానీ మళ్లీ 'కీ' ని తిప్పాడు.

"కారు మొరాయించింది, నాకు ముందే తెలుసు, ఎప్పుడైతే ఎమర్జెన్సీ ఉంటుందో అప్పుడు ఈ కారు ఇలాగే చేస్తుంది. ఈలోపు ఆంటీ రావడం ఖాయం, అందరినీ ఇంట్లోకి తోయడం ఖాయం. ఈరోజుతో మొత్తం అవుట్, నా పని అయిపోయింది" అంటూ జీవన్ ఏడుపు మొదలుపెట్టాడు.

మనం దిగి ఒకసారి కారు తోస్తే స్టార్ట్ అయిద్దేమో ట్రై చేద్దామన్నాను. జీవన్ జాకోబులు భయంతో వణుకుతున్నారు. బాబాయేమో కారు దిగే ధైర్యం కూడా చేయట్లేదు. మాకిప్పుడు ఆప్షన్ లేదు, నాకు జానీకి తప్పని పరిస్థితి. అందుకే, 'జీవన్ నువ్వు డ్రైవింగ్ సీట్ లోకి రా' అంటూ జానీ నేను 'కార్ – ది – గేమ్' స్టార్ట్ చేసాము.

ఎక్కడ ఆ ఇంట్లో నుంచి ఆంటీ బయటికి వస్తుందోనన్న భయంతో, ఈ కారు స్టార్ట్ అవుతుందో లేదోనన్న అనుమానంతో మేము గట్టిగా కారుని తోయడం మొదలుపెట్టాం. ఎంత తోసినా అంగుళం కూడా కదలట్లేదు. వీళ్ళ ముగ్గురి బరువు కదలనంతగా ఉందా అనుకుంటూ జానీ ముందుకెళ్ళి చూశాడు. డ్రైవింగ్ సీట్లో జీవన్ 'తొయ్యండి తొయ్యండి' అంటూ భయంతో బ్రేకు మీద గట్టిగా తొక్కి స్టార్ట్ చెయ్యాలని చూస్తున్నాడు.

"ఒరేయ్ ఎదవ ముందు ఆ బ్రేకు మీద కాలు తియ్యరా" అని తిట్టి మళ్ళీ వెనక్కొచ్చి నాతో కలిసి తోస్తున్నాడు.

అనుకున్నట్టే ఆంటీ గది తలుపులు తెరుచుకున్నాయి. కోపంతో ఊగిపోతూ ఆంటీ మమ్మల్ని చూసింది. ఆ ఉద్రేకంలో ఆంటీ వేసుకున్న జడలు ఊడి జుట్టు విడిపోయింది.

"స్టార్ట్ చేయరా జీవన్" అని అరుస్తూ జానీ నేనః ఒక్కసారిగా ఒంట్లో ఉన్న బలాన్నంతా చేతుల్లోకి తెచ్చుకుని కారుని గట్టిగా నెట్టాము, దెబ్బకి కారు స్టార్టయింది. స్టార్ట్ అయిన కారు ఆగకముందే రెండు డోర్లు లాక్కొని కదులుతున్న కారులోకి డోర్ పట్టుకుని వేలాడుతూ చిన్నగా లోనికి దూరేశాం. మా వెనకాలే ఆంటీ రోడ్డు మీదకు వచ్చి చూస్తుంది. మమ్మల్ని ఏదో వెంబడిస్తున్నట్లు, ఆ ఇంటి పైనుంచి ఒక్కసారిగా ఒక పెద్ద నీడ కన్పించి మమ్మల్ని తరమడం మొదలుపెట్టింది.

"జీవన్ బ్రేక్ కూడా వెయ్యకు. అది మన వెనకే వస్తుంది, ఇప్పుడు కారు ఆపితే ఇక మన సంగతంతే" అంటూ బాబాయ్ పెద్ద పెద్దగా అరుస్తున్నాడు.

ఎక్సలేటర్ మీద కాలు తీయకుండా, కార్ రేస్ జరుగుతున్నట్టు సందులు మలుపులు పట్టించుకోకుండా 'బ్రతికితే చాలు దేవుడా..!' అనుకుంటూ వెళ్తున్న మా కారు లైట్లు అమాంతం పేలి పోయాయి. ఎదురుగా ఏముందో కనిపించట్లేదు, వెనకాల వెంబడింపు

ఆగట్లేదు. జీవన్ కూడా ప్రాణ భయంతో ఇంకా వేగంగా నడుపుతున్నాడు. మా దారి పోను పోను చిమ్మ చీకటై పొగ చూరుకుంటూ ఎవరో అరుస్తున్నట్లు, ఏడుస్తున్నట్లు, కారు అద్దాలను కొడుతున్నట్లు ఉన్నా కారు మాత్రం ఆపే ప్రసక్తే లేదని మూర్ఖంగా ముందుకెళ్లాము.

పొగలను చీల్చుకుంటూ తెరలు తెరలుగా దూరంగా పొలిమేర కనిపిస్తుంది, మా కారు రావడం గమనించిన ఊరోళ్ళు రోడ్డుకడ్డంగా నిలబడ్డారు.

"అయ్యో.. ఇప్పుడెలా జీవన్, ముందు కారు ఆపు. వాళ్లేమో ఎదురుగా ఉన్నారు, ఇదే స్పీడ్ కంటిన్యూ అయితే మనం వాళ్ళని గుద్దేస్తాం" అంటూ జీవన్ ని కంట్రోల్ చేసే ప్రయత్నం చేశాను.

ఇంతలో 'ఇప్పుడెలా అబ్బాయ్..' అంటూ బాబాయ్,

'పోనిచ్చు.. పోనిచ్చు..' అంటూ జాకోబ్,

"ఇదంతా మన చేతుల్లో లేదు, మన వల్ల కానిది. ముందు వైపు వాళ్లు కారు ఆపేస్తారు, వెనకాల ఉన్న దెయ్యం మనల్ని మింగేస్తుంది" అంటూ జానీ జరగబోయేది ఇదేనని చెప్తున్నాడు.

నిజమే, జానీ అన్నట్లు ఇప్పుడు కారు ఆపినా చస్తాం, ఆపకున్నా చస్తాం. ఒకవేళ కారు దగ్గరకెళ్లే కొద్దీ వాళ్లంతా భయపడి తప్పుకుంటే పొలిమేర దాటేస్తాం కదా..! సరే జీవన్ ఏదెలా జరిగితే అలా జరుగుతుంది కారు పోనివ్వమంటూ.. మేమందరం కూడా జరగబోయే ప్రమాదాన్ని ఊహించుకుంటూ భయంతో, ప్రాణాలు కాపాడుకోడానికి ఆఖరి ప్రయత్నం ఆశతో చేస్తున్నాం.

ఎదురుగా కర్రలతోటి 'ఆపండి.. ఆపండి..' అని అరుస్తూ వస్తున్న జనాలు, వెనుక వైపు దెయ్యం.. జీవన్ ఇంజన్ నుండి పొగలు వచ్చేలాగా ఎక్సలేటర్ తొక్కిపట్టాడు. జనాలు మరింత దగ్గరకొచ్చారు, దెయ్యం మాకు ఇంకా దగ్గరికి వచ్చింది, ఊరోళ్ళు కారు ముందుకు వచ్చేశారు, దెయ్యానికి మాకు మధ్య దూరం తగ్గింది. జనాలు కర్రలెత్తారు, దెయ్యం కారెక్కింది, మేమంతా భయంతో కళ్ళు మూసుకున్నాం. అందరం దగ్గరగా చేరి బిగ్గరగా కేకలు వేసాం. గట్టిగా కళ్ళు మూసుకుని ఒక్క అవకాశం ఇస్తే అందరి ప్రాణాలు కాపాడొచ్చని మనసులో ప్రార్థించాను. చివరి క్షణం వరకు ఆశ వదలకుండా పోరాడటమే మనిషి కర్తవ్యం. ఇప్పుడు మాకున్న ఆఖరి ఆయుధం కూడా ఇదే..

అప్పుడు ఒక లేడీ గొంతు వినిపించింది. మూసిన కళ్ళు తెరిచి చూశాను. ఎదురుగా ఆంటీ "భోజనం చేస్తావా బాబు" అని మొహం లో మొహం పెట్టి అడుగుతుంది.

* * *

4

హమ్మయ్య

"అలసిపోయి మజ్జిగ కూడా సరిగా తాగకుండా అలాగే పడుకున్నావు. కాస్త భోజనం చేద్దువు రా బాబు" అంటూ క్లోజప్ యాడ్ లో మోడల్ లాగా ఆంటీ పల్లికిలిస్తూ చెప్తుంది.

"ఏంటన్నా మంచి నిద్రేసావే, ఓకే నా ఇప్పుడు" అంటూ జీవన్ కొలతలేస్తూ అడిగాడు.

నాకసలేం అర్థం కాలేదు, అలా లేచి బయటకొచ్చి చూశాను. పక్కనే గుడి, ఆ పక్కన ఫంక్షన్ జరుగుతున్న ఇల్లు, అక్కడేదో గొడవ, ఈలోపు ప్లేట్లు నిండా భోజనం పెట్టుకుని కొంగులు కప్పుకుని పట్టుకెళ్తున్న ఆడాళ్లు మొత్తం అంతా రిపీటెడ్ సీన్ లాగా కనిపిస్తుంది.

ఈ ఆంటీ ఏమో "ఏంటి బాబు విచిత్రంగా చూస్తూ అటు ఇటు తిరుగుతున్నావు" అంటూ భోజనం ప్లేటు పట్టుకుని వదలకుండా నన్నే హచ్ కుక్కలా ఫాలో అవుతుంది.

నేను లోపలికి వచ్చి చూస్తే జీవన్ ఫోటోలను చూపించి "ఇవన్నీ తీసి ఇక్కడ పెట్టండి.." అంటూ బ్యాగులోంచి రంగు తాళ్లు, నల్ల రాళ్లు తీస్తున్నాడు. నాకు జరగబోయే ప్రమాదానికి హెచ్చరికలాగా నా కల, కళ్లెదురు జరుగుతున్న నిజం రెండూ కూడా నూరు శాతం మ్యాచ్ అయ్యాయి. దీన్నే లైఫ్ లో సెకండ్ ఛాన్స్ అంటారేమో.

నేను జీవన్ దగ్గరికెళ్లి "జీవన్ ఈ పనిని ఇంతటితో ఆపేసి మనం త్వరగా బయల్దేరాలి" అంటుంటే

"కాసేపన్నా అయిపోవచ్చింది" అంటూ మరలా తన పని ప్రారంభించే పనిలో మునిగాడు.

"జీవన్ ఎందుకు చెప్తున్నానో అర్థం చేసుకో ఇది నువ్వు అనుకున్నంత చిన్న విషయం కాదు. మనం ఇక్కడి నుంచి ఎంత త్వరగా బయటపడితే అది ఈ ఇంట్లో వాళ్లకి, అలాగే మనకు కూడా అంత సేఫ్" అని చెప్తుంటే జీవన్ అర్థం చేసుకోకుండా మొండిగా తన గిరాకీ పోతుందని నాకు నచ్చజెప్పే ప్రయత్నం చేస్తున్నాడు.

ఈలోపు జీవన్ ఫోన్ రింగ్ అయింది. ఫోన్ లోని నెంబర్ చూడగానే జీవన్ ఒక్కసారిగా

అటెన్షన్లోకి వచ్చి అన్నీ వదిలేసి ఫోనెత్తి పక్కకెళ్లి అతి వినయంతో మాట్లాడటం మొదలుపెట్టాడు. "అలాగే గురువుగారు.. అలాగేనండి.." అంటూ గంగిరెద్దులా తలూపడం మాత్రమే నాకర్థమైంది. రెండు నిమిషాల తర్వాత లోపలికొచ్చి నా వైపు చూసి,

"పదన్నా నువ్వు చెప్పినట్లే మనం వెంటనే బయలుదేరుదాం, బాబాయ్ ఎక్కడున్నారో చూడండి, త్వరగా.." అంటూ తెచ్చి పెట్టుకున్న, వీడికి ఏ మాత్రం సూటవని బాధ్యతతో అన్నాడు. ఆ ఫోన్ కాల్ ఎవరిదో కానీ జీవన్ పూర్తి షెడ్యూల్ని మార్చేసింది. జీవన్ ని పక్కకు పిలిచి ఏంటి జీవన్ ఇంతలో అంత మార్పని అడిగాను.

"అన్నా.. మీరెందుకలా చెప్పారో గాని ఇక్కడున్న సమస్య నిజంగానే నన్ను మించింది. మా గురువుగారు ఫోన్ చేసి 'నీ స్థాయికి మించిన పనుల్లో వేలు పెడుతున్నావు, అందరినీ సమస్యలో పడేస్తావు. అది నీ వల్ల కాదు, ఇప్పటివరకు చేసిందంతా ఆపేసి వెంటనే అక్కడి నుంచి వెళ్లిపో' అని హెచ్చరించారు" అని చెప్పుకొచ్చాడు.

నిజమే ఈ పని చేసేటప్పుడు ఏ ఫోన్ ఎత్తని జీవన్ తన గురువుగారి ఫోన్ మాత్రమే ఎత్తాడు. ఈ సమయంలో గురువుగారు ఫోన్ చేసి మంచి పని చేశారు. జీవన్ బ్యాగ్ సర్దుతుంటే బాబాయిని పిలిచేందుకు కిందకొచ్చాను. గుర్రు పెట్టి నిద్రపోతున్న బాబాయి మొహం మీద కాసిన్ని నీళ్లు చల్లి మనం అర్జెంటుగా బయల్దేరాలి, బయటికి రండంటూ లేపి తీసుకొచ్చాను.

మేము వస్తుంటే ఎదురుగా దీనంగా నిలబడి మమ్మల్ని చూస్తున్న ఆంటీ, బైక్ బాబులతో "ఈ సమస్య మేము అనుకున్నంత సులువు కాదు. రేపు పెద్ద గురువుగారు వస్తున్నారు. వారు మీకు సరైన పరిష్కారం చూపగలరు" అంటూ జీవన్ చెప్తుంటే మేము కారెక్కి కూర్చున్నాం.

ఊరంతా గందరగోళంగా ఉంది పొలిమేర దగ్గర జనాలు చేరి అప్పటికే హడావుడి మొదలుపెట్టారు. ఊరి పొలిమేరలు మూసే సమయమవుతుంటే, మేము ఊరు దాటి బయటపడ్డాము. హమ్మయ్యా.. చాలా పెద్ద ప్రమాదం నుంచి బయటపడ్డామని ప్రశాంతంగా ఊపిరి పీల్చుకున్నాను. జీవన్ ఎప్పటిలాగే వాడి ఫోన్లో గర్ల్ ఫ్రెండుతో దెయ్యాన్ని చించేసా ఆరేసానంటూ ఎచ్చులు చెప్పుకుంటున్నాడు. అది చూసిన బాబాయ్, నేను వీడి పనితనం – పబ్లిసిటీకి మధ్య తారతమ్యాన్ని అర్థం చేసుకున్నాము.

నాకు వచ్చిన కలంతా వీళ్ళకి చెప్తే ఎక్కడ కంగారు పడతారో లేక నన్నే పిచ్చివాడిలా చూస్తారేమోనని నాకు నేనే నవ్వుకుంటూ సరదాగా శ్రీకాకుళం చేరాము.

మనకు తెలిసింది మాత్రమే నిజం కాదు, తెలియని దాంట్లో నిజం లేదని కూడా కాదు.

కొందరికి నమ్మకాల్లోనే సంతోషం ఉంటుంది. మూర్ఖత్వానికి, మూఢత్వానికి చేరనంత వరకు ఏ నమ్మకమైనా క్షేమమే. కానీ సమస్యల్లో వివేకంతో నడుచుకోవడం అవసరం. ఆ ఇల్లే సమస్య అయితే అది దాటి బయటకు అడుగేస్తే సరి. రేపు ఏమవుతుందో నాకు తెలియదు. వాళ్ళ సమస్యకు మూలం తెలియదు కానీ కొన్నిసార్లు అక్కడ ఉండి ఏమీ చెయ్యలేనప్పుడు సమస్య మన వల్ల పెరుగుతుందని అనిపించినప్పుడు తప్పుకోవడంలో తప్పు లేదు. తెలియని విషయం చెప్పకూడదు. రాని పనిలో వేలు పెట్టకూడదు. అందుకే రేపు వాళ్ళ సమస్యకు సరైన విధానంలో పరిష్కారం దొరకాలని ఆశించడమే నేను చేయగలిగింది.

బస్ స్టాప్ కి దగ్గరలో హోటల్ దగ్గర బాబాయ్, జీవన్ ఆగితే ఈలోపే జానీ జాకోబులు కూడా అదే హోటల్ దగ్గరికి వస్తున్నామంటూ ఫోన్ చేశారు. మీరందరూ కూడా లోపలికెళ్లి ఫ్రెష్ అవుతూ ఉండండి. ఈలోపు నేనొచ్చిన పని చూసుకుని వస్తానని నా బ్యాగుతో బయటకొచ్చాను.

* * *

శ్రీకాకుళం మల్టీ స్పెషాలిటీ హాస్పిటల్ కెళ్ళి, స్ట్రెయిట్ గా ICU లోనికి తొంగి చూశాను. పొట్టకూటి కోసం వైజాగ్ వెళ్ళినప్పుడు నాతో పాటు అదే ఫైనాన్స్ సెక్టార్లో మరో బ్రాంచ్లో వర్క్ చేసే వ్యక్తే పీటర్. అందరినీ చాలా చక్కగా మాట్లాడిస్తాడు. ఎవరైనా సమస్యల్లో ఉన్నారని తెలియగానే వెంటనే స్పందిస్తాడు. కష్టాలను సీరియస్ గా తీసుకోకుండా స్వతంత్రంగా ఉండాలని చెప్తూ నెల చివర్లో అడగకుండానే పరిస్థితి అర్థం చేస్కొని జేబులో డబ్బులు పెట్టి వెళ్ళే వ్యక్తి. ఈ ఉద్యోగం నాకు నచ్చడం లేదన్నప్పుడు "నీలో స్వతంత్ర భావాలున్నాయి, బ్రతికేందుకు ఏ పనైనా చేసుకోవచ్చు. ఇదేమీ అంత పెద్ద ఉద్యోగం కాదు. ఒకరి కింద పని చేయడం కన్నా నీ సొంత కాళ్లపై నిలబడు" అని నాకు ధైర్యం చెప్పి సొంత ఊరికి దగ్గరుండి పంపించాడు. పీటర్ అన్నకి నాకూ మధ్య తక్కువ పరిచయమే అయినా నా నిర్ణయాన్ని సమర్థించి నన్ను నమ్మిన వ్యక్తిగా ఆయన్ని నేనెప్పటికీ మర్చిపోలేను. ఆ తరువాత మా మధ్య కమ్యూనికేషన్ పెద్దగా లేదు.

మూడు నెలల క్రితం జరిగిన యాక్సిడెంట్ వల్ల కోమా లోకి వెళ్ళాడు. ప్రాణం ఉండి చలనం లేకుండా ఇప్పటికీ ICU లోనే ఉన్నాడు. వాళ్ళ కుటుంబం ఈ మూడు నెలల్లో ఆయన ట్రీట్మెంట్ కోసం ఆస్తులు కరిగించేశారు. అయినా ఇంకా పూర్తిగా కోలుకోలేదు. చివరగా చేయాల్సిన బ్రెయిన్ సర్జరీ మిగిలుంది. అది జరిగితే ఆయన అందరినీ గుర్తుపట్టే అవకాశం ఉందని, దాని కోసం డబ్బులు పోగేస్తున్నారని మా ఇద్దరికీ కామన్ గా ఉన్న మరో మిత్రుడి ద్వారా తెలిసింది. ఇలా యాక్సిడెంటయి, కుటుంబం కష్టాల్లో ఉన్నారని తెలిసి ఉండబట్టలేక కలిసేందుకు సాగిన నా ప్రయాణం వీళ్ళని వెతుకుతూ వైజాగ్ అనుకుంటే శ్రీకాకుళం చేరింది. పీటర్ ని చేరాలన్న నా సంకల్పంతో ఆ విధినే

ఓడించానేమో అన్పిస్తోంది.

ఈలోపు ఎవరయ్యా నువ్వు? పీటర్ కోసం వచ్చావని చెప్పారంటూ వాళ్ళ నాన్న పలకరించారు. "నిన్ను బాగా చూసినట్లుందే, అప్పుడొకసారి పీటర్ తో ఇంటికొచ్చావు కదా" అన్నారు. పక్కనే పీటర్ అన్న భార్య మాత్రం కన్నీరింకిన కళ్ళతో నేనెవరా అన్నట్లు నా వైపు చూసారు. ఆమెకు నమస్కరించి మళ్ళీ వస్తానని చెప్పి పీటర్ వాళ్ళ నాన్నను తీసుకుని రిసెప్షన్ దగ్గరకు వెళ్ళాను.

"మీరు సర్జరీకి ఏర్పాట్లు చెయ్యమని హాస్పిటల్ వారితో చెప్పండి. అందరం తలా ఒక చెయ్యేస్తే ఇదేమీ కష్టం కాదు. ఒక్కరే కోటి ఇవ్వలేరు కానీ కోటి మంది తలో రూపాయిస్తే సమస్య చిన్నదే అవుతుంది" అని ధైర్యం చెప్పి డాక్టర్ తో మాట్లాడండి నేను డబ్బు ఏర్పాటు చేస్తానని చెప్పాను.

అప్పటిదాకా పెండింగ్ లో ఉన్న అన్ని బిల్స్ పేమెంట్ చేసేసి పేషంట్ పేరున రసీదు వాళ్లకు చేర్చమని చెప్పి వస్తుండగా ఆ పక్కనే ఒక ప్రెగ్నెంట్ లేడీ తన భర్త కోసం రెడీ చేసుకోమన్న A+ బ్లడ్ డోనార్ దొరకలేదని నర్సుతో చెప్పడం విన్నాను. వెంటనే నర్సుతో నాదదే గ్రూప్ నేను ఇస్తానని అక్కడే స్లిప్ రాయించుకుని బ్లడ్ బ్యాంక్ లోకి వెళ్ళాను.

బ్లడ్ డొనేషన్ పూర్తయింది. నర్సు నీడిల్ తీసి జ్యూస్ చేతిలో పెట్టింది. జ్యూస్ తాగుతూ వస్తుంటే దారిలో పీటర్ అన్న భార్య, వాళ్ళ నాన్న గారు చేతిలో స్లిప్ తో కనిపించారు. అసలు నేనొచ్చిందే ఈ పని కోసం. కానీ రూట్ మ్యాప్లో అనుకోని స్టాపులు కొన్ని చేరి ప్రయాణం ప్రొలాంగ్ అయ్యింది. ఇప్పుడు చేయాలనుకున్నది చేసి తృప్తిగా హాస్పిటల్ బయటకు వచ్చాను.

* * *

మంచి జరిగితే చాలు. అది చేసిన వాళ్ళు తెలియాలన్న రూల్ ఏమీ లేదు. ఇది కథ స్క్రీన్ ప్లే తో నడిచే సోషల్ మీడియా సేవ కాదు. సాయం అసలే కాదు, ఒకరికొకరు చేదోడు అంతే. అన్నకు ఇలా జరిగిందని తెలిసి చాలా బాధేసింది కానీ ఇప్పుడు నా వంతు ప్రయత్నం చేశాక మనసుకి తేలిగ్గా ఉంది. ఇంతటి ఆనందాన్ని ఖచ్చితంగా ఇంటావిడకు కాల్ చేసి పంచుకోవాల్సిందే అనుకున్నాను. అసలే ఈ మధ్యన సరిగా మాట్లాడింది కూడా లేదు కదా, చేయగానే మొదటి రింగులోనే ఫోనెత్తి కంగారుగా "ఎలా ఉన్నారండి?.. ఎక్కడున్నారు? మీ ఫోనుకి ఏమైంది?" అంటూ ప్రశ్నల వర్షం కురిపిస్తోంది. తన టెన్షన్ నాకర్థమయ్యి "నేను బాగానే ఉన్నాను, నువ్వేం కంగారు పడకు, ఇవాళ బయల్దేరి వస్తాను, వచ్చాక అన్ని విషయాలు వివరంగా చెప్తాను. నువ్వు జాగ్రత్త" అంటూ కాల్ ముగించాను. ఇక్కడ నా పనైంది, వచ్చేస్తున్నానంటూ మా జాజాజీ లకు మెసేజ్ కూడా పెట్టేసాను.

ర్యాపిడో బుక్ చేసుకుని పికప్ కోసం ఎదురు చూస్తున్నాను. నా ఎదురుగా ఒక పెద్దాయన స్కూటీపై దిగులుగా కూర్చుని ఉన్నాడు. కష్టాల్ని రాకుండా ఆపలేము కానీ వచ్చిన కష్టాన్ని దాటేందుకు తోడుగా నిలవగలం కదా. ఇంతలో మీ ఎదురుగా ఉన్నానంటూ ర్యాపిడో పికప్ కాల్ వచ్చింది. చూస్తే చేసింది ఆ పెద్దాయనే, సాధారణంగా ర్యాపిడోలో యువకులు ఎక్కువగా కనిపిస్తూ వుంటారు. మొదట స్కూటీపై చూసినప్పుడు ఈయన ర్యాపిడో అతనని అనుకోలేదు. నాకు కాల్ చేసాకే అర్థమయ్యింది ఇక్కడ ఉన్న ఈ పెద్దాయనే ర్యాపిడో డ్రైవర్ అని.

స్కూటీ ఎక్కి బస్టాండ్ దాకా వెళ్లాలని పిన్ నెంబర్ చెప్పాను. ఏదో దిగులులో వున్నారని తెలుస్తున్నా నాతో బాధ పంచుకునేంత పరిచయం లేదు కాబట్టి అడిగే ప్రయత్నం చేయలేదు. పది నిమిషాల మా ప్రయాణంలో ఆయన ఆ మూడ్ నుండి బయటకు రావడానికి కాసేపు సరదాగా మాటలు కలిపాను. దిగే సమయానికి ఆ పెద్దాయన కూడా నవ్వుతూ కలిసిపోయారు. ఇంతలో ఎక్కడదాక వచ్చావంటూ జాజాజీల దగ్గర నుండి మెసేజీలు. ర్యాపిడో ఎక్కాను, వచ్చాను, హోటల్ బయటే ఉన్నానని వాళ్లకు చెప్పి పెద్దాయనకు పేమెంట్ చేశాను.

"ఈ కాస్త సమయం నీతో సంతోషంగా గడిచింది. భలే సరదా మనిషివి నువ్వు. ఏం లేదులే బాబు, పెద్ద వయసయ్యిందిగా సంసారంలో అనేక పీకులాటలు వుంటుంటాయి మరి, అవన్నీ భరించడమే" అంటూ చిరునవ్వుతో బాయ్ చెప్పి వెళ్ళిపోయాడు.

సుమారు అరవై ఏళ్ల ఆయన జీవితంలో ఎన్నో అనుభవాలు ఉండి ఉంటాయి. నేను ఆయనతో ప్రేమగా గడిపిన కాస్త సమయం ఆయన తన మనసు విప్పేలా చేసిందని అర్థమై నేనూ నవ్వుతూ బై చెప్పాను. ఇది నా ప్రయాణానికి కొసమెరుపులా అనిపించింది.

రోడ్డు దాటి హోటల్ లోకి వెళ్ళాలని బ్యాగ్ సరి చేసుకున్నాను. హోటల్ పక్కనే బస్టాండ్ అవ్వడం వల్ల హారన్స్, ఊరి పేర్లతో కేకలు, వచ్చి పోయే బస్సులు, ఇతర వాహనాలతో బాగా రద్దీగా ఉంది. నేనొచ్చిన పనయ్యింది కాబట్టి త్వరగా ఇంటికి చేరుకోవాలి. జాజాజీలను, బాబాయిని కలిసి డిన్నర్ చేసి వెంటనే రిటర్న్ అవ్వాలి. ఒకవైపు 'హైదరాబాద్ హైదరాబాద్' అంటూ వేసే కేకలు వెంటనే బస్సెక్కు అంటున్నా, ఇలా బయట నుండి బయటే పోవడం బాగోదని అన్పించింది. మంచో చెడో నాకోసం ఇక్కడి దాకా వచ్చిన వీళ్ళను చెప్పా పెట్టకుండా వదిలేసి వెళ్లడం ఏ మాత్రం పద్ధతి కాదనుకున్నాను. మరో వైపు వీళ్ళతో పెట్టుకుంటే ఈ రాత్రికి వెంటనే రిటర్న్ అవుతానో లేదో, ఒక్కోసారి ఒక్కో సమస్య వస్తూనే ఉంది కదా అనుకుంటుండగానే హైదరాబాద్ హైదరాబాద్ అంటూ బస్సుల కేకలు, హారన్ లు చెవుల్లో గగ్గోలు పెడుతున్నాయి.

బస్సెక్కి వెళ్లాలా లేక హోటల్ కి వెల్దామా అనే ఆలోచనలు మెదడులో సమాంతరంగా

నడుస్తున్నాయి. ఈలోపు బస్టాండ్ నుండి గట్టిగా ఆపకుండా మోగిస్తున్న హారన్, కర్ణ కఠోరమైన గొంతుతో 'హైదరాబాద్ హైదరాబాద్' అని అరుస్తూ ఒక బస్సు నా వైపు తిరుగుతూ వచ్చి సరాసరి నా దగ్గర ఆగింది. ఒక్కసారిగా మనసులో ముందు ఈ బస్సు ఎక్కేద్దాం అన్పించింది. డోర్ నుండి లోపలికి ఎక్కుతుండగా "తమ్ముడూ ఎక్కడికీ" అంటూ ఓ పిలుపు వినిపించింది. తీరా చూస్తే మన పొన్నాంబలం అన్నయ్యే డ్రైవర్ సీట్లో ఉన్నాడు.

"డ్రైవరన్నాయ్ మీరా.., హైదరాబాద్ వెళ్దాం అనుకుంటున్నా" అనగానే

"అయితే ఎక్కేయ్ మన బస్సు హైదరాబాద్ కే" అన్నాడు. స్టెప్స్ ఎక్కి పొన్నాంబలం వెనుక సీట్లోనే కూర్చున్నాను.

"ఈసారి హైదరాబాద్ రూట్ కి మార్చారు తమ్ముడు, నీ ట్రిప్ బాగా జరిగిందా.." అని నాతో అంటూ మరోవైపు "కూర్చోవాలండి కూర్చోవాలి, అందరూ టికెట్స్ తీసుకోవాలి రండి రండి" అంటూ అన్నయ్య బస్సు స్టార్ట్ చేశాడు.

కొన్ని అనుభవాల దృష్ట్యా ఆకస్మాత్తు నిర్ణయాలు తీసుకోక తప్పదు. నా ప్రయాణం అటు ఇటు అనుకుని ఎన్నెన్నో మలుపులు తిరిగినా, తిరుగు ప్రయాణం కూడా జాజాజీలతో రిస్క్ చేయదలచుకోలేదు. త్వరగా హైదరాబాద్ చేరాలి. తన చేతి సాంబారు రైస్, పెసరట్టు ఉప్మా తింటూ జరిగినవన్నీ పంచుకోవాలి. ఫోన్ తీసి "మీరు నాకు చాలా సహాయం చేసారు, నేను హైదరాబాద్ వెళ్తున్నాను, తప్పుగా అనుకోకండి, థాంక్యూ జీవన్, జానీ, జాకోబ్" అంటూ ముగ్గురికీ వాయిస్ మెసేజ్ పెట్టాను. బాబాయికి కూడా వెళ్ళొస్తానంటూ ఒక మెసేజ్ పెట్టాను.

ఒక ప్రయాణం ఎన్నో పాత్రలను, అనుభూతులను, అనుభవాలను పరిచయం చేస్తుంది. అందుకే ఈసారి ఈ ప్రయాణం నా నోట్ బుక్ లో బంధించాలనుకుని రాయడం మొదలు పెట్టాను. డ్రైవరన్నాయ్ బైపాస్ మీద పరుగు తీస్తుంటే కనులు కునుకు వేశాయి. ఈ ప్రయాణం మరే ప్రయాణానికి మొదలో...

* * *

నేను మీ...

"ఎవరికేమి కావాలో వారే నిర్ణయించుకోవాలి. అదే జీవితపు పరిచయం"

అన్వేషించడం నాకలవాటు. ప్రముఖ న్యాయవాది భువనగిరి చంద్రశేఖర్ దగ్గర లాయరు గుమస్తాగా నా జీవితం మొదలయ్యింది. అక్కడే సమాజపు నిజమైన ముఖాన్ని చూడగలిగాను. ఆ తరువాత, అంతకు ముందు ఎందరో పరిచయమైనా చంద్ర మాత్రమే నా జీవితాన్ని ప్రభావితం చేసిన ఏకైక వ్యక్తిత్వం. ఎవరి ఊహకందని తీరే చంద్ర. ఆ దారిలోనే ఉద్యమకారుడిగా, రచయితగా, సామాజిక సేవలో నడిచేలా చేశాయి. అందుకే అప్పటికీ ఇప్పటికీ ఎప్పటికీ నేను బీసీఎస్ గుమస్తానే..

వాస్తవ కోణంలో ప్రపంచాన్ని చూడటం, నిజ జీవితపు హీరోలను వెతికేలాగా అలవాటయ్యింది. అలా రెండున్నర ఏళ్ళ నా అన్వేషణ ఫలితమే పుస్తక రూపంలో ఛాయా నుండి వచ్చిన నా మొదటి రచన మనహీరోలు. ప్రచురణయ్యి మార్కెట్ లోకి రాక మునుపే అడ్వాన్స్ బుకింగ్ లోనే మొదటి ముద్రణ అవుట్ ఆఫ్ స్టాక్ బోర్డ్ పెట్టేలా మీరందరూ ఆదరించారు. పుస్తకాన్ని ప్రేమించే వారందరికీ నా హృదయ పూర్వక ధన్యవాదాలు.

ఓ ప్రయాణాన్ని పుస్తకంగా మరల్చడంలో నన్ను ప్రోత్సహించిన ఛాయా మోహన్ గారికి, స్నేహ హస్తాన్ని అందించిన మిత్రులు అరవింద్ జాషువా, శశాంక భువనగిరి, హరీష్ కువ్వాకుల, గిరిధర్ అరసవల్లి, జయశ్రీ ప్రభాకర్, మెట్టు రాజు గార్లకు కృతజ్ఞతలు..

ప్రస్తావించి తగ్గించలేను అలాగని ప్రస్తావించకుండా కూడా ఉండలేను. తనే నా భార్య నా జీవితంలోనే కాదు నా రచనలో కూడా తానే ఎడిటర్. నన్ను నాలా వుంచినందుకు నన్ను రచయితగా మీ అందరి ముందు ఉంచినందుకు ఆమెకు బోలెడన్ని ప్రేమకబుర్లు..

– సుబ్బుఆర్వీ